கல் சிலம்பம்

D1680160

என்.ஸ்ரீராம்

டிஸ்கவரி பப்ளிகேஷன்ஸ்
எண்: 9, பிளாட் எண்: 1080A, ரோஹிணி பிளாட்ஸ்
முனுசாமி சாலை, கே.கே.நகர் மேற்கு,
சென்னை - 600 078. பேச: 99404 46650

வெளியீட்டு எண்: 0291

கல் சிலம்பம் (சிறுகதை)
ஆசிரியர்: என்.ஸ்ரீராம்©
Kal Silambam (Short Stories)
Author: **N.Shriram**©

ISBN: 978-81-19541-64-5
Print in India
Discovery 1st Edition: Dec - 2023
Pages - 162
Rs - 180

Publisher • Sales Rights

Discovery Publications
No. 9, Plot,1080A, Rohini Flats,
Munusamy Salai,
K.K.Nagar West, Chennai - 78.
Tamilnadu, India.
Mobile: +91 99404 46650

Discovery Book Palace (P) Ltd
No. 1055-B, Munusamy Salai,
K.K.Nagar West,
Chennai-600 078.
Ph: (044) 4855 7525
Mobile: +91 87545 07070

discoverybookpalace@gmail.com / www.discoverybookpalace.com

இந்த நூலில் பிரசுரமாகியுள்ள எந்த ஒரு பகுதியையும் எழுத்துபூர்வமான முன்அனுமதி பெறாமல் எடுத்தாள்வதோ, மறுபிரசுரம் செய்வதோ, மொழியாக்கம் செய்வதோ, ஊடகங்களில் மறுபதிப்புச் செய்வதோ, காப்புரிமைச் சட்டப்படி தடை செய்யப்பட்டுள்ளது. இந்த நூலிலிருந்து சில பகுதிகளை மேற்கோள்காட்டி நூல்அறிமுகம் செய்யலாம்.

உங்கள் மொபைல் போனிலிருந்து ஸ்கேன் செய்து 'டிஸ்கவரி புக் பேலஸ்' மொபைல் ஆப்பை டவுன்லோடு செய்து, புத்தகங்களை வாங்குங்கள்.

Scan and download

சமர்ப்பணம்..
ஆத்தா முத்தம்மாளுக்கு...

காலநதிப் பிரவாகம்

கொறங்காட்டு மேய்ச்சல் வெளியில் பனி நீர் படர்ந்த கிலுவை வேலியில் கன்னிவிழிப் பூக்களும் நீலச் சங்குப்பூக்களும் பூத்த கார்த்திகை மாதத்தில் சல்லக்கத்தியில் வெள்ளாட்டுக்குத் தழை பிடுங்கிக் கொண்டுவந்த நெட்டையாண்டியை நானும் அப்புச்சியும் முதன்முறையாகப் பார்த்த ஞாபகம் இன்னும் மனத்துக்குள் அப்படியே இருக்கிறது. அப்புச்சியின் தோழரான நெட்டையாண்டி ஆறடி உயரம் ஆஜானுபாகுவான ஆள். அவரைப் பற்றி அப்புச்சி சொல்லும் வாக்கியம், ‘அவன் ஒரு பேடி... சினிமா படத்துல வர்ற குதுரயை நிசம்னு நம்பி எழுந்து ஓடிவந்தவன்.’ இந்த நெட்டை யாண்டிதான் என் 'தேர்ப்பலி'.

எங்கள் சுற்றுவெளியில் குழந்தைகள் நலங்கிக்கொண்டால் தேடிப்போவது இச்சிப்பட்டி பெருமாள் போயரின் வீட்டுக்குத்தான். மாட்டுவண்டியில் எங்களையும் அப்பா அழைத்துப்போவார். அந்தி ஒளிமங்கும் நேரம், வீட்டு வாசலில் வெள்ளாட்டுக் குட்டிகளின் குதியாலத்தோடு கிணற்றுவெட்டுக்குப் போய்வந்த சலிப்போடு கூரைவீட்டு எரவாணத் திண்ணையில் உட்கார்ந்திருக்கும் பெருமாள் போயரின் சித்திரம் மனதில் நிழலாடுகிறது இப்போதும். முறத்தில் திருநீறு பரப்பி எங்கள் பிணி போக்கும் அவர் ஓர் அசாத்திய ஆளுமை. இருள் சூழ மாட்டுவண்டியில் ஊர் திரும்பும்போது, ‘பாம்பையே பாடம்போட்டு கட்டிப்போடக்கூடிய சாதுர்யம் கொண்டவர் பெருமாள் போயர்’ என அப்பா அவரைப் பற்றி கூறுகையில் நான் அந்த இளம்பிராயத்தில் பிரம்மிப்பாக உணர்வேன். கிணற்றுவெட்டையே பிழைப்பாகக் கொண்டிருந்த பெருமாள் போயர், நீச்சல் தெரியாமல் அவர் வெட்டிய கிணற்று நீராலேயே மரணம் நிகழ்ந்தது வாழ்வின் முரண். இன்றும் ஊரின் தென்புறத்தில் உள்ள அவர் வீட்டின் மதில்கல்கட்டு சரிந்து, கூரைச்சுவர் கற்கள் சிதறி, காலத்தின் சாட்சியாகத்

தென்படுகின்றன. இந்தப் பெருமாள் போயர்தான் என் 'கருடவித்தை'. நான் பிறந்த நாளில் கொள்ளப்பட்டி அப்புச்சி வீட்டில் இருந்து பரிசாக பெரியப்பா எடுத்துவந்த நாய்க்குட்டி, பதிமூன்று ஆண்டுகள் எங்களோடு வாழ்ந்தது. கோடைகாலத்தின் ஒரு மதியவேளையில் என் தங்கையையும் ஆட்டுக்காரப் பையனையும் ஒரு மசைநாயிடம் போராடிக் காப்பாற்றியதோடு மசைபிடித்து மௌனமாக இறந்தும் போனது. முப்பது வருடங்கள் கழித்து தான் சென்னை வடபழநி சிவன்கோயிலில் அதே சாயலில் ஒரு நாயைக் கண்டேன். அங்கிருந்த ஆட்டோக்காரர்கள் அந்த நாயை 'சித்தப்புத்தி கொண்ட நாய்' எனக் கூறியதோடு அதன் கதையைச் சொல்ல, படு சுவாரஸ்யமாக இருந்தது. இந்த இரு நாய்களும்தான் 'வடுகநாதம்'.

1993ஆம் ஆண்டு ஐப்பசி கடைசி... அடுத்தடுத்து வங்கக்கடலில் எழுந்த மூன்று புயல்களின் கொடையால் அமராவதியில் கனவெள்ளம், மதுக்கம்பாளையம் ஆற்றுத்துறை பரிசல்காரரின் சாகசப்பயணமே 'நதிப்பிரவாகம்'. அறுவடைக் காலத்தில் களத்துமேட்டில் மக்கிரியைச் சுமந்தபடி நின்று பரிசல்கூலி கேட்கும் அவரின் உருவமும் என் மனக்கண் முன்பாக அடிக்கடி விரியும் ஒரு காட்சி.

வில்லியம் ஃபாக்னரின் கரடி பற்றி ஒரு கதையை வாசித்து முடித்த இரவே எழுத நினைத்த கதைதான் 'வனக்கரடி'. பின்னோக்கி நடந்துசென்று வேட்டைக்காரரை ஏமாற்றிய டால்ஸ்டாயின் ஒரு சந்தேகக் கரடி பற்றிய கதையை சரோலாமா கூறவும் 'வனக்கரடி' வடிவம் பெற்றது.

கோயில்களில் தலவிருட்சத்தின் அடியில் குவியலாக நிற்கும் நாகச் சிற்பங்களின் மீது எனக்கு இருந்த பிரேமையே 'பிடார வடிவம்' கதை. உ.வே.சாவின் 'தென்னிந்திய பாடல்பெற்ற திருத்தலங்கள் வரலாறு' வாசித்துக்கொண்டிருந்தபோது, திருப்பாச்சூர் சிவன் கோயில் தலவரலாற்றில் 'பிடார வடிவம்' என்கிற வார்த்தையைக் கையாண்டுள்ளார். அந்த வார்த்தையில் இருந்துதான் பிடார வடிவம் கதை தோன்றியது.

இந்தத் தொகுப்பிலுள்ள ஒவ்வொரு கதைக்கும் இப்படியான சுவராஸ்யப் பின்கதை உண்டு. கொங்குவெளியில் நிஜத்தில் வாழ்ந்த மனிதர்களையே கொஞ்சம் சாகசம் சேர்த்து புனைவாக்கியுள்ளேன். இதில் உள்ள பெரும்பாலான கதைகள் பிரசுர நெருக்கடிகளுக்கு மத்தியில் எழுதப்பட்டவை. குறிப்பிட்ட காலக்கெடுவுக்குள் எழுதி

முடிப்பதற்கான போராட்டங்கள், தவம்போல எழுதிய நாளின் இரவுகள், அச்சில் கண்டபின்பாக ஏற்பட்ட மகிழ்ச்சி ஆகியவை இப்போதும் நினைவிலாடுகின்றன.

காலம்காலமாக கொங்குவெளி நிலம் பரந்து விரிந்து ஏகாந்தமாகக் கிடக்கிறது. புராதனங்களும் தொன்மங்களும் கலைகளும் கூத்துகளும் சடங்குகளும் திருவிழாக்களும் பெருமூச்சு விட்டபடி கதைகளைக் கூறியபடியே உள்ளன. மூதாதையர்கள் உயிர்பெற்றுவந்து திண்ணை களில் வீதிகளில் கோயில் மடங்களில் கால்நீட்டி சாவகாசமாக உட்கார்ந்து கதைகளைச் சொல்லியபடியே இருக்கின்றனர். காலநதிப் பிரவாகத்தில் சிறு கெண்டை மீன்போல எதிர்த்திசை நோக்கி நீந்தியபடியே யாவற்றையும் நிதானமாகக் கேட்டுக்கொண்டே, முகத்துவாரம் அடையமுடியாத வாழ்வில் இன்னும் எழுதக்கூடும் என்ற நம்பிக்கையோடு பயணப்பட்டுக் கொண்டிருக்கிறேன்.

என் மனைவி ராதா, மகன் அபிஷேக்குமார் இவர்கள் இருவரும் இல்லாமல் என் எழுத்து சாத்தியமில்லை. எனக்காக இவர்கள் விட்டுக்கொடுத்த அவகாசங்கள்தான் என் எழுத்து. இந்தப் புத்தகம்தான் இவர்களுக்கு நான் திருப்பிச் செலுத்தும் நன்றிக்கடன்.

இத்தொகுப்பில் அனேக கதைகளை எழுத உற்சாகப்படுத்திய கவிஞர் கதிர்பாரதிக்கும் இத்தொகுப்பை வெளியிடும் டிஸ்கவரி மு.வேடியப்பனுக்கும் மனமார்ந்த நன்றி.

பிரியமுடன்,

என். ஸ்ரீராம்

9841716099

உள்ளே

தேர்பலி	11
காலவியூகம்	23
கல் சிலம்பம்	40
உடுக்கை விரல்	51
தேர்த்தச்சர்	65
பீடி	77
கைமுறுக்குப் பாட்டி	85
பெய்தோய்ந்த மழை	95
கொம்பூதிகள்	102
கருட வித்தை	111
வனக்கரடி	126
பிடார வடிவம்	136
வடுகநாதம்	150

தேர்பலி

முதல் சாமம் கடந்த அகாலம். இருட்டு கட்டிய வீதியில் ஆள் நடமாட்டமே இல்லை. கல்தீப விளக்குகள் அணைந்துபோயிருந்தன. பின்வீதியில் எங்கோ குருட்டாந்தைகள் சப்தமாகக் குடுகின. நெட்டையாண்டி எட்டு வைத்து நடந்தான்.

வீட்டின் வெளிமதில் கதவு திறந்தே கிடந்தது. விளக்குமாடத்து அகல் ஒளி கீழ்த்திசைக்காற்றுக்கு நடுங்கியவண்ணம் இருந்தது. கல்நிலவு வாசற்படியில் தலைவைத்துப் படுத்திருந்த கனகா காலடி அரவம் கண்டதும் திடுக்கிட்டு எழுந்தாள். நெட்டையாண்டிக்கு முன்னே ஓடி சமையல்கட்டுக்குள் கோரைப்பாயை விரித்துப் போட்டாள். பித்தளைச் சொம்பு நீரை நீட்டினாள். கை அலம்பிவிட்டு வந்த நெட்டையாண்டி பாயில் சம்மணமிட்டு அமர்ந்தான். அகல் சுடரின் அசைவிற்கேற்ப நிழல்கள் சுவரில் விஸ்வரூபமாய் அசைந்தன. கனகா தலைவாழை யிலையில் நீர் தெளித்து பச்சரிசிச் சாதத்தைப் பரிமாறி, தொட்டுக்க சுரைக்கூட்டை வைத்தாள். நெட்டையாண்டி மவுனமாக! சாப்பிட துவங்கினான். சற்று நேரம் கழித்து எதிரில் அமர்ந்திருந்த கனகா கேட்டாள்.

"வெடியறதுக்குள்ள... தேர் நகரறதுக்குப் பரிகாரம் கண்டுபு டிச்சுட்டாரா ...உங்க மாயவித்தைக்காரன்...?"

"ம்ம்ம்"

"எப்படி ...?"

"அதுக்கு கர்ப்பவதிய பலி கொடுக்கனுமாமா...?"

"கர்ப்பவதிக்கு எங்க போகப்போறீங்க...?"

நெட்டையாண்டி பதில் பேசாமலே சாப்பிட்டு முடித்துக் கை அலம்பினான். முந்தானையை நீட்டிய கனகாவின் மேடிட்டிருந்த அடிவயிற்றை ஒருகணம் வெறித்துப் பார்த்தான். கனகா சிரித்தாள்.

நெட்டையாண்டியின் முகம் இறுகிற்று. திடீரென மேல்துண்டை எடுத்து கனகாவின் வாயை மூடிk கட்டினான். தூக்கித் தோளில் கிடத்தி நடந்தான். கால்களையும் கைகளையும் உதறித் திமிறிய கனகாவினால் எதுவும் செய்ய முடியவில்லை. கல்நிலவு சட்டம் நெட்டையாண்டி நெற்றிப் பொட்டில் மோதியது.உச்சந்தலை அதிர்ந்து வலித்தது. தடுமாற்றத்தை வெளிக்காட்டாமல் வாசற்படி இறங்கி நடந்தான்.

நெட்டையாண்டிக்கு சிறு நடுக்கம் உடம்பை ஊடுறுவிச் சென்றது. அந்த நடுநிசி கொடுந்துயர் தருணம் திரும்பத்திரும்ப அவ்வப்போது ஞாபகத்திற்கு வந்து மனசை இம்சைப்படுத்தியது. குறுகிய தார்ச்சாலை போக்குவரத்தின்றி நீண்டது. இருபுறமும் நெல்வயல்கள் நடவின்றி கிடந்தன. தளர்வாய் நடந்துகொண்டிருந்த நெட்டையாண்டி புறச்சூழலை மறந்து மீண்டும் கடந்த கால நினைவில் மூழ்கினார்.

நெட்டையாண்டிக்குப் பதினெட்டு வயது. ஆறடி உயரம். திக்குசான ஆள். மீசை தடித்து முறுக்கிவிட்டுக்கொண்டு முரட்டுத்தனமாக ஊருக்குள் திரிந்தான். ஆனால், தோற்றத்துக்கு நேரெதிரான பயந்த சுபாவம். விளக்கு வைத்த பின் வீட்டை விட்டு வீதியில் இறங்காத பேடி. எப்போதும் பசி அடங்காத வயிறு. தின்பதற்காக ஊரில் யார் கூப்பிட்டாலும் போய் எடுபுடி வேலை செய்தான். சிறு குழந்தைகள் கையில் வைத்திருக்கும் தின்பண்டங்களையும் மிரட்டிப் பிடுங்கித் தின்றான். ஊருக்குள் எந்த மதிப்புமின்றி சுற்றித்திரிந்துகொண்டிருந்த நெட்டையாண்டிக்கு ஊரே மதிக்கும் ஒரு காரியத்தை செய்யும் சந்தர்ப்பம் வாய்த்தது.

அப்போது விளம்பி வருஷம் முடிவுறும் தருவாயில் இருந்தது. பருவமழை பொய்த்துப்போனதால் எங்கும் வறட்சி. தோட்டவெளிகள் தரிசாகிக் கிடந்தன. சேந்துகிணறுகளின் தரையில் சம்புக்கோரைகள் முளைத்துப் பூப்பூத்துவிட்டன. ஆலாம்பாளையத்து சனங்களுக்கு குடிக்க தண்ணீர் இல்லை. நெட்டையாண்டி ஊருக்குத் தெற்கே உப்பாற்றில் ஊற்று தோண்டினான். ஒரே நடையில் மூன்று குடங்கள். சும்மாட்டுத் தலையில் ஒன்று, இடது இக்கத்த்தில் ஒன்று. வலது கையில் தொங்கவிட்டு ஒன்று என ஊர் பெண்களுக்காக தண்ணீர் சுமந்தான். அதனாலேயே எல்லா வீட்டுத் திண்ணைகளிலும் உரிமையோடு உட்கார்ந்து நெல்அரிசிச்சோறு சாப்பிட்டான்.

பங்குனி பிறந்தது. உப்பாற்று ஊற்றுக்குழியில் நீர் வற்றிப்போனது. ஊர் கூடியது. முனியப்புச்சிக்கு பச்சைத் தடுக்கு வேய்ந்து சாட்டு அறிவித்தனர். நெட்டையாண்டியின் அய்யாதான் பெரிய பூசாரி.

முனி விரட்டும் இரவு. பலிகிடாயின் குடல் மாலை போட்ட பெரிய பூசாரிக்கு அருள் வந்தது.

“ஊருக்கு மழையக் கொண்டு வராம நா போகமாட்டேன். என் வெறி ஆவேசம் அதிகமாயிருக்கு , இரத்தம் குடிக்க என் பற்கள் துடிக்குது... ஊருக்குள்ள ஒரு சனம் இருக்கக் கூடாது...”

ஊர்க்கவுண்டரும் , முனிவிரட்டும் இளைஞர்கள் சிலரும் பூசாரியோடு இருந்து கொண்டனர். மற்றவர்கள் எல்லோரும் ஊரை விட்டுdஹ் தெற்கே புறப்பட்டனர். நெட்டையாண்டியும் போனான். உப்பாற்றின் அக்கரைக்குப் போய் ஊரைப்பார்த்து உட்கார்ந்து கொண்டனர். எங்கும் நிசப்தம் கூடிய இருள். நெட்டையாண்டிக்கும், சேக்காளிகளுக்கும் நேரம் போக மறுத்தது. சேக்காளிகளில் ஒருவன் கேட்டான்.

“ரெண்டாம் ஆட்டம் படத்துக்கு போவமா...? ”

நெட்டையாண்டி அதுவரை படம் பார்த்ததில்லை. நான்கு சேக்காளிகளோடு தரிசு வயல்களைக் கடந்து நடந்தான். தாராபுரத்தின் கிழக்கோரம், கொளுஞ்சிவாடியில் வசந்தா டெண்டு கொட்டகை இருந்தது. கீற்றுக்கூரை. சுற்றிலும் பனைமட்டைப் படல். சேக்காலிகளே டிக்கெட் எடுத்தனர். உள்ளே மணல் தரையில் உட்கார்ந்தனர். வெள்ளைத் திரையில் நாடோடி மன்னன். படைவீரர்கள் குதிரையில் விரைந்து வந்தனர். திடீரென நெட்டையாண்டி எழுந்தான். அதற்குள் திரையில் குதிரைகள் நெருங்கி இருந்தன. நெட்டையாண்டி திரும்பி மணல் தரையில் அமர்ந்திருக்கும் ஆட்களை மிதித்தபடி ஓட ஆரம்பித்தான். யாருக்கும் எதுவும் புரியவில்லை. சேக்காளிகள் பின்னே எழுந்து ஓடி வந்தார்கள். நெட்டையாண்டி நுழைவு வாயிலைக்கடந்து பனைமட்டைப் படலை எகிறித் தாண்டினான். குதிரைகள் பின்னே துரத்துவது போலவே இருந்தது. கால் குளம்பொலி கிட்டத்தில் நெருங்கி வந்துகொண்டே இருந்தது. நெட்டையாண்டி தரிசு வயல்களின் வரப்புகளைத் தாண்டித்தாண்டி ஓடியபடியே இருந்தான். இருந்திருந்தாற்போல் பொட்டுபொட்டென மழைத்துளி இறங்கியது. கருத்தமுகில்கள் திரண்டு வானம் கொள்ளாமல் தேங்கி நின்றன. மின்னல் படர்ந்து இடி இடித்தது. மழை கனத்தது. குதிரைகள் தொடர்ந்து துரத்திக்கொண்டே இருந்தன. நெட்டையாண்டி ஓடிக்கொண்டே இருந்தான். உப்பாற்றுக்கரை வந்ததும் வாய் முனகியது.

"குதர தொரத்துது... குதர தொரத்துது..."

நெட்டையாண்டியின் அம்மாக்காரி அழ ஆரம்பித்தாள்.

"எம்புள்ளைய முனி அப்புச்சி புடுச்சுக்கிச்சு..."

ஊர்சனங்கள் பயந்து போனார்கள். முதல் கோழி கூப்பிட மழை ஓய்ந்தது. நெட்டையாண்டி சுயநினைவு இழந்தான். உப்பாற்றில் வெள்ளம் வடியவேயில்லை. முனிவிரட்டிய பின் ஊர்க்கவுண்டர் பரிசல் போட்டு ஊர்சனங்களை ஊருக்குk கூட்டி வந்தார். அந்த வாரத்திலேயே ஊர் சேந்துகிணறுகள் மேல்ஜலம் பொத்து நிரம்பியது. அய்யாவினால் நெட்டையாண்டியைக் குணப்படுத்த முடியவில்லை. பச்சிலைகளும், சூரணங்களுமாகச் செய்த சிகிச்சைகள் வீணாயின.

அன்று உச்சிவெய்யில் கொளுத்தும் பிற்பகல். நெட்டையாண்டியை பார்க்கவந்த ஊர்க்கவுண்டர் அய்யாவை தனியே கூட்டிப்போய் பேசினார்.

"அவ... முனியப்புச்சி குதரையத்தான் அப்படி சொல்றான்... அவன இங்க வெச்சிருந்தா பொழைக்கவைக்க முடியாது... வேற எடம் மாத்திப்பாரு..."

சாயங்காலத்தில் ஊர்க்கவுண்டரே சவ்வாரி வண்டியும் பூட்டிக் கொடுத்தார். நெட்டையாண்டியைத் தூக்கி வண்டியில் ஏற்றிக் கிடத்தினர். ஈரமண் பாதையில் வடக்கு நோக்கிய வண்டிப் பயணம். நெடுநாட்களுக்குப் பின்பு தானியக் கதிர்களைச் சூறையாடும் வானாஞ்சிட்டுகள் கிறீச்சிட்டவாறு படை படையாகப் பறந்து வந்தன. வடக்குச்சீமை பண்டாரத்தோடு ஓடிப்போன அத்தைக்காரியின் உறவு முறிந்து, இருபது வருஷத்திற்கு மேலாகியிருந்தது. அய்யா வெட்கத்தை எல்லாம் விட்டுவிட்டுத்தான் அந்த வீட்டின் வெளிமதில் கதவின் முன் வண்டியிலிருந்து இறங்கினார். ஆனால், அத்தைக்காரியும், மாமாவும் பழைய பகையை மறந்து நெட்டையாண்டியை வீட்டுக்குள் தூக்கிப் போனார்கள். சிலுவை ஆஸ்பத்திரி கூட்டிப்போய் வைத்தியம் பார்த்தார்கள். குணமாகியதும் கனகாவைக் கட்டியும் வைத்தார்கள்.

அடுத்த கார்மழைக்காலம் வந்தது. மாமாவும், அத்தைக்காரியும் காசியாத்திரை கிளம்பிப் போய்விட்டனர். காமாட்சி அம்மன் கோவில் முறைமைப் பூஜையை நெட்டையாண்டியே கவனித்து வந்தான். அந்த வருசத்தில் ஆடிப்பதினெட்டுக்குப் பின்னிட்ட தினத்திலிருந்தே பிடித்த பருவமழை ஓயவேயில்லை. தினமும் சாயங்காலம் சாயங்காலம் மழை வந்துகொண்டே இருந்தது. ஆவணி, புரட்டாசி கடந்தும்

இதே நிலைதான். மானாவாரி நிலங்களில் நீர் ஓரம்பு எடுத்துவிட்டது. விதைத்து முளைத்திருந்த மானாவாரிப் பயிர்களெல்லாம் இற்று மிதந்தன. மேகாட்டுக் குடியானவர்களுக்கு என்ன செய்வதெனத் தெரிய வில்லை. நெல் நாற்றுவிட்டு நட்டனர். நல்ல மகசூல் தைப்பூசத்துக்கு முன்பே அறுவடை முடிந்து, நெல் மூட்டைகளைத் திண்ணையில் கொண்டுவந்து அடுக்கினர். குடியானவர் வளவே குதூகலித்துக் கிடந்தது. நாட்டாமைக்காரர் காமாட்சி அம்மன் சாட்டை அறிவித்தார்.

அதேவேளை பட்டு நெசவாளர் வளவின் நிலை வேறாக இருந்தது. எங்கும் பட்டுப்பூச்சிச் செடிகள் இற்றுப்போய்விட்டதால் பட்டுக் கூடுகளின் வரத்தே இல்லை. பட்டுப்புழுக்கள் உருமாற்றம் கொள்ளும் முன் சுடுநீரில் போட்டு நூல் பிரிக்கும் கொப்பரைகள் கவிழ்த்து வைக்கப்பட்டன. பட்டுத்தறிகள் நெசவின்றிப் போயின. தார்ப்பட்டு நூற்கும் பெண்களின் ராட்டைகள் அட்டாழியில் கிடத்தப்பட்டன. நெசவாள இளந்தாரிகள் நாளெல்லாம் ஊர்மடத்திண்ணையில் உட்கார்ந்து தாயமும், பாஞ்சாங்கரமும் விளையாண்டு பொழுதைக் கழித்தனர்.

அன்று நாட்டாமைக்காரரின் சாட்டுவரி வசூலிப்பவர்கள் நெசவாளர் வளவிற்குள் வந்து திடுமுட்டி தட்டினர். நெசவாள இளந்தாரிகள் கொதித்துப் போயினர். நெசவாள முன்னோடும்பிள்ளையின் தலைமையில் நாட்டாமைக்காரரைப் பார்க்கச் சென்றனர். கோவிலடியில் தேர் மராமத்து செய்யும் ஆட்களுடன் பேசிக்கொண்டிருந்த நாட்டாமைக்காரர் வெகு நேரத்துக்குப்பின்னே இவர்கள் பக்கம் வந்தார்.

“சேடனுக எல்லாம் சேர்ந்து வந்திருக்கீங்க... என்ன சோலி..?”

“நாங்க நெசவில்லாம முழி பிதுங்கி கெடக்கறோம்... நீங்க அம்மன் சாட்ட அறிவிக்கலாமா..?”

“எங்க மானாவாரி பூமியில நெல்லு வெளையவச்சுருக்கா அம்மன்... நாங்க எதுக்கு சாட்ட நிறுத்தனும்...?”

“நாங்களும் சாட்ட நிறுத்தச் சொல்லுல... எங்க நெலம சீராகர வரைக்கும் தள்ளி வையுங்கள்ன்னு கேக்கறோம்.”

“அறிவிச்ச சாட்ட நிறுத்தினா அம்மன் கோவத்துக்கு ஊர் ஆளாக வேண்டி வரும்... உங்களால முடியலைனா... வரி குடுக்க வேண்டாம்...”

நெசவாள முன்னோடும்பிள்ளைக்கு கோபம் வந்தது.

“நாங்க அந்த அளவுக்கு ஒண்ணும் தரங்கெட்டுப் போகல... எங்களுக்கும் மான ரோசம் இருக்கு...”

தேர்த்திருவிழா களைகட்டியது. முதல் நாள் தேர் புறப்பாடு. மேளவாத்தியத்துடன் ஐந்து வடத்தேர் குடியானவர் வளவு வீதிகளில் வலம் வந்தது. தேர் முகப்பில் உட்கார்ந்திருந்த நெட்டையாண்டி ஆராத்தி காட்டி குங்குமம் வழங்கினான். குடியானவர்களின் முகமெங்கும் மகிழ்ச்சிப் பிரவாகம். தேர் நெசவாளர் வளவுக்குள் நுழைந்தது. ஆட்கள் யாருமே தேர் வடம் பிடிக்க முன்வரவில்லை. ஒரு நாற்சந்தியில் முதல் நாள் தேர் நிலை கொண்டது. ஊர் ஓசை அடங்கிவிட்டது.

எங்கிருந்தோ இரவாடி வித்தைக்காரர்கள் ஊருக்குள் வந்தனர். கொம்புகள் ஊதப்பட்டன. தப்பட்டைகளும் , முரசுகளும் கொட்டி முழங்கின. முகத்தில் அரிதார சாயம் பூசிய இரவாடி வித்தைக்கார ஆண்களும்,பெண்களும் வாளும், வேலும், ஈட்டியும் ஏந்தியபடி அணிவகுத்து வந்தனர். பிச்சைப்பாத்திரம் வைத்திருந்த சிறுவர்கள் சிங்கம், புலி, குரங்கு, கருடன், பூதம் என விதவிதமான கொடிகளை ஆட்டியபடி வந்தனர். தேர் முன்பு வந்ததும் எல்லோரும் குழுமி வட்டமிட்டனர். கை கால் சலங்கை குலுங்க இசைக்கேற்ப நடனமாடினர். ஊர்சனங்கள் கூடியதும் கறுத்த குள்ளமான தலைமை இரவாடி வித்தைக்காரர் திடீரெனச் சப்தமிட்டார். தப்பட்டையும், முரசும், கொம்பும் ஓசை அடங்கின. நடனமாடிய இரவாடி வித்தைக்காரர்கள் ஒதுங்கி நின்றனர். தலைமை இரவாடிவித்தைக்காரர் கூட்டத்தைப் பார்த்துப் பேசினார்.

“அய்யாமார்களே... ஆத்தாமார்களே... நாங்க காட்டுற வித்தைக்கு எதிர்வித்தை காட்டினாலும் சரி... இல்ல... பொய்யின்னு நிரூபிச்சாலும் சரி... நாங்க தோத்தவங்களாவோம்.... அப்படி யாரும் செய்யலீன்னா... நீங்க எங்களுக்குக் கப்ப வரி கட்டனும்...”

கூட்டம் அமைதியாகப் பார்த்தபடி இருந்தது. தலைமை இரவாடிவித்தைக்காரர் சுருக்குப்பையில் இருந்து கோழிமுட்டை ஒன்றை வெளியே எடுத்துக் காட்டினார். வயிறு பெருத்த இளம் இரவாடி வித்தைக்காரன் ஒருவன் அந்தக் கோழிமுட்டையை வெடுக்கெனப் பிடுங்கி மேலே வீசினான். கோழி முட்டை கீழே விழும்போது திடீரெனச் சேவலாக மாறி இறக்கையடித்துப் பறந்தது.

நடனமாடிய இரவாடிவித்தைக்காரர்கள் அந்தச் சேவலைத் துரத்திப் பிடித்தனர். உடனே தலைமை இரவாடிவித்தைக்காரர் அந்தச் சேவலை வாங்கிக் கொண்டையை நீவினார். அந்தச் சேவல் முட்டையிட்டது.

கூட்டம் ஆச்சர்யத்தோடும், மிரட்சியோடும் பார்த்துக் கொண்டிருந்தது. கொஞ்ச நேரம் அங்கு அலாதியான அமைதி. இளம் இரவாடிவித்தைக்காரன் நாட்டமைக்காரரின் கையைப் பிடித்து தலைமை இரவாடிவித்தைக்காரரின் முன் இழுத்துக்கொண்டு வந்து நிறுத்தினான்.

“அய்யாமாரே ... உங்க ஊர் எங்ககிட்ட தோத்துப்போச்சு இப்ப கப்பவரி கட்டுங்க... ”

நாட்டாமைக்காரர் வேட்டித் தலைப்பில் முடிந்திருந்த காசுகளை எடுத்து நீட்டினார்.

தலைமை இரவாடிவித்தைக்காரர் வாங்க மறுத்தார்.

“அய்யாமாரே... இதெல்லாம் கட்டுபடியாகாது... முடுஞ்சு வச்சிருக்கிற நோட்டுகள எடுத்து போடுங்க... இல்லீன்னா இந்த தேரையே நகர்த்தவுடாம செஞ்சுட்டு போயுருவேன்...”

நாட்டாமைக்காரர் மறுபடியும் வேட்டித்தலைப்பை அவிழ்த்து ஒரு ரூபாய்த் தாளை எடுத்துப் போட்டார். தப்பட்டையும், முரசும் அதிர்ந்து முழங்கின. கொம்புகள் உச்சஸ்தாயிக்கு ஊதப்பட்டன. நடனமாடும் இரவாடிவித்தைக்காரர்கள் ஊர் நாட்டாமைக்காரரைச் சூழ்ந்துகொண்டு நடனமாடினர்.

அன்றிரவு மூன்றாம் சாமம் கடந்த வேளை. தேருக்குக் காவலிருந்த நெட்டையாண்டி இருண்ட ஆகாயத்தையும், கண்சிமிட்டும் விண்மீன் களையும் பார்த்தபடியே நேரத்தைக் கடத்திக்கொண்டிருந்தான். அப்போது காலடிச் சப்தம் கேட்டது. பார்வையைக் கூர்மையாக்கினான். நெசவாள முன்னோடும்பிள்ளை, நெசவாள இளந்தாரிகளை அழைத்துக்கொண்டு தேரைக்கடந்து கிழக்கு நோக்கிப் போனார். நெட்டையாண்டிக்குச் சந்தேகம் ஏற்பட்டது. சிறு இடைவெளிவிட்டு இருளில் அவர்களைப் பின்தொடர்ந்தான். அவர்கள் ஊருக்குக் கிழக்கே ஆலந்தோப்புக்குள் நுழைந்தனர். பாரம் சுமக்கும் கோவேறு கழுதைகள் மிரண்டு எழுந்தன. இரவாடிவித்தைக்காரப் பெண்கள் கல் அடுப்பில் மட்பாண்டங்கள் வைத்துச் சமைத்துக்கொண்டிருந்தனர். துணிக் கூடாரத்துக்குள் இருந்து தலைமை இரவாடிவித்தைக்காரர் வெளியே வந்து கும்பிட்டார்.

“நெஜமாலுமே உன்னால தேர நகர்த்தாம செய்ய முடியுமா...?”

“என்ன அய்யாமாரே... இப்படி கேக்கறீங்க...?”

“செய்ய முடியுமா... முடியாதா...?”

“முடியும்.... ஆனா தெய்வ காரியமாச்சே...”

நெசவாள முன்னோடும்பிள்ளை கக்கத்தில் இடுக்கியிருந்த பட்டுச்சேலைகளை எடுத்து உதறி விரித்தார். சமையல் செய்யும் இரவாடி வித்தைக்காரப் பெண்கள் எல்லோரும் எழுந்து வந்து சூழ்ந்து பார்த்தனர். இளம் இரவாடிவித்தைக்காரன் சட்டெனப் பட்டுச்சேலைகளை வாங்கிக்கொண்டான்.

“நாளைக்குத் தேர் நகராது அய்யாமாரே... அப்படி நகரணும்ன்னா நாங்க வரணும்...”

“நீங்க வரக்கூடாது... வெடியும்போது ஊரைவிட்டு வெகுதூரமா போயிரணும்...”

நெட்டையாண்டி பெரும் குழப்பத்துக்கு ஆளானான். நேராகக் கிளம்பி நாட்டாமைக்காரர் வீடு சென்றான். தூக்கச்சடைவுடன் நடைக்கு வெளியே வந்த நாட்டாமைக்காரரிடம் நடந்ததைச் சொன்னான்.

“ஏன்டா ஏதாச்சும் கனவு கீது கண்டயா என்ன... எங்களுக்குள்ள கொசலம் சொல்ற வேலய வெச்சுக்காத...”

நெட்டையாண்டி மேற்கொண்டு நிற்காமல் தேர் நிலைக்கே வந்துவிட்டான். மறுநாள் இரவும் தேர் நகரவில்லை. வடம்பிடிப் பவர்கள் அதிகமாகி இழுத்துப் பார்த்தனர். சிறு அசைவில்லை. நெட்டையாண்டி, இரவாடிவித்தைக்காரர்கள் வேலையைக் காட்டி விட்டனர் எனப் புரிந்துகொண்டான். ஆனால், நாட்டாமைக்காரர் புரிந்து கொள்ளவில்லை. பக்கத்து ஊர்களிலிருந்து ஆட்களைத் திரட்டிவந்து தொடர்ந்து தேரினை இழுக்க முயன்றுகொண்டே இருந்தார். தேர் அப்படியே ஆணி அடித்தாற்போல் நின்று கிடந்தது. விடியற்காலை ஆகும்போது ஊர்சனங்கள் முகத்தில் பீதி படரக் கலைந்து போயினர். பகலில் நெசவாள முன்னோடும்பிள்ளை காவல் நிலையம் சென்று நாட்டாமைக்காரர் தேரில் பில்லி சூனியம் வைத்துக்கொண்டு ஊரை மிரட்டுவதாகப் புகார் கொடுத்தார். அதற்கடுத்த நாளும் தேர் நகரவில்லை. பகலில் ஜீப் ஒன்று தேர் நின்ற இடத்துக்கு வந்தது. கோவை ஜில்லா கலெக்டர் போலீஸுடன் இறங்கி வந்தார். தலைப்பாகையுடன் கறுத்த தாடி வளர்த்திருந்த சிங்

கலெக்டர் தேரைச் சுற்றிப்பார்த்துவிட்டு போலீஸ்காரர்களுக்கு ஏதோ உத்தரவிட்டார். போலீஸ்காரர்கள் ஜீப்பில் ஏறிக் கிளம்பிப் போயினர். அன்று சாயங்காலம் யானைகள் கொண்டுவரப்பட்டன. தேர் வடத்தை யானைகளின் காலில் கட்டி இழுக்கவைத்தனர். ஐந்து வடங்களும் முறுக்கி அறுந்துபோயின. தேரிடம் சலனமில்லை. ஊர்சனங்கள் மேலும் திகிலடைந்தனர் . சிங் கலெக்டர் நாட்டாமைக்காரரைக் கூப்பிட்டார். நாட்டாமைக்காரர் ஓடிவந்து சிங் கலெக்டர் முன்பு பவ்வியமாkக கும்பிட்டு நின்றார்.

"இன்னும் இரண்டு நாள் டைம் தர்றேன்... அதுக்குள்ள தேரை நகர்த்திடனும்... இல்லையின்னா தீ வைத்துக் கொளுத்திடச் சொல்லுவேன்..."

மேற்கு வானில் செந்நிறம் மறைந்து இருள் சூழ்ந்தது. ஊரில் இருந்து திசைக்கு ஒரு குதிரை வண்டி கிளம்பியது. சாட்டை நுனியால் அடிவாங்கிய குதிரைகள் வேகமெடுத்தன. விடியும் தருவாயில் வடக்கே சென்ற குதிரை வண்டியாட்கள் இரவாடிவித்தைக்காரர்கள் இருக்குமிடத்தைக் கண்டுபிடித்தனர். நெட்டையாண்டியும் , நாட்டாமைக்காரரும் அங்குப் போனார்கள். ஓரத்துப்பாளையம் பக்கம் நொய்யல் ஆற்றங்கரைப் பனைத்தோப்புக்குள் இரவாடிவித்தைக்காரர்கள் பதுங்கி இருந்தனர். தலைமை இரவாடிவித்தைக்காரர் நடுக்கத்துடன் பேசினார்.

"அய்யாமாரே... எங்க குறளிவித்தையால கட்டுவிக்கத்தான் முடியும்... ஆனா கட்ட அகற்ற முடியாது... வேணும்னா எங்களுக்கு குருவகுலை குடுத்த சாமீ இருக்காரு அவர்கிட்ட கூட்டிட்டு போறேன்... எங்களுக்கு இப்படியெல்லாம் அபகீர்த்தி நேருமுன்னு தெரியாது... எங்கள மன்னுச்சு அருளனும்..."

தலைமை இரவாடிவித்தைக்காரர் நெடுஞ்சாண்கிடையாக நாட்டாமைக்காரரின் காலில் விழுந்து பாதத்தைப் பற்றிக்கொண்டார்.

சென்னிமலை மேற்குக் கணவாய்க்குச் சென்று குதிரை வண்டி நின்றது. சதுனிவெளவால்கள் பறந்து வட்டமிட்டுக்கொண்டிருந்தன. திரவகள்ளிகளும், மாவிலிங்க மரங்களும் முற்றி நின்ற வனத்துக்குள் தலைமை இரவாடி வித்தைக்காரர் மேலே கூட்டிப்போனார். வெப் பாலை மரத்து நிழலின் கீழ் நரி உறங்கும் குகை முன்பு மயில்தோகை மீது கோவணச்சாமியார் ஒருவர் நிச்சலனமாக உட்கார்ந்திருந்தார். தலைமை இரவாடிவித்தைக்காரர் கிட்டத்தில் போய் காதோரம் நடந்த விஷயத்தைச் சொன்னார். கோவணச்சாமியார் இலைகளைப் பறித்து

பாறையில் தேர், ஒரு பெண், வீச்சரிவாள் என வரைந்து காட்டினார். தலைமை இரவாடிவித்தைக்காரர் பரவசத்துடன் சாமியார் காலில் விழுந்து கும்பிட்டு எழுந்தார்.

" சாமி உத்தரவு குடுத்திருச்சு ... வாங்க போகலாம்..."

நெட்டையாண்டிக்கும், நாட்டாமைக்காரர்க்கும் ஒன்றும் விளங்கவில்லை. குதிரை வண்டியில் ஊர் திரும்பும்போது தலைமை இரவாடிவித்தைக்காரர் கேட்டார்.

"அய்யாமாரே ... சாமி என்ன சொல்லுச்சுன்னு புரிஞ்சுதா... ?"

நெட்டையாண்டியும், நாட்டாமைக்காரரும் பதில் கூறாமல் பார்த்தனர்.

"பலநூறு வருசத்துக்கு முன்னால இதே மாதிரி தேர் நகராம போனபோது... எங்க ஆதிகுரு செஞ்ச பரிகாரம்தான் சாமி வரைஞ்ச அந்தப் படம்... அப்ப ஆதிகுரு குடகுராசாவிடம் முதல் மந்திரியாய் இருந்தாரு... பல்லவ தேசத்துல இருந்து வந்து கூப்புடுறாங்க... தேர்கிட்ட போயி பாத்தா குறளைப் பேய்கள் சக்கரத்த கெட்டியாய் புடுச்சுருக்கு... தன்னோட எல்லா சத்தியையும் தெரட்டி பாத்தாரு... ஏவல்ல கட்டுண்ட தேரு நகருல... அன்னைக்கு ராத்திரி நடையச்சாத்திகிட்டு அம்மன வேண்டினாரு... அம்மன் அசரீரியா ஆகாயவாக்கு சொல்லுச்சு... தலைச்சாம் புள்ளய கருவுற்றிருக்கும் கர்ப்பவதிய பலியிடுன்னு.... அந்த அர்த்தராத்திரியில கர்ப்பவதிக்கு எங்க போவாரு... அதுவும் தலைச்சாம் புள்ளய கருவுற்றிருக்கிற கர்ப்பவதிக்கு... அப்பத்தான் அவருக்குத் தம் பொஞ்சாதி கர்ப்பவதிங்கற ஞாபகம் வந்துச்சு... ஒடனே கூட்டிவந்து தேர்ப்பலி குடுத்து தேர நகர்த்தனாராம்... அதுபோலத்தான் இன்னிக்கு நாங்க செய்யறது லேசுபட்ட காரியமில்ல... "

தலைமை இரவாடிவித்தைக்காரர் தேர்முன்பு அமர்ந்து படையலிட்டு ஏவல் கட்டுகளை விரட்ட பூஜையைத் தொடங்கினார். ஊரே நிசப்தமாகக் கிடக்க மந்திர உச்சாடனங்களின் சப்தம் பயமுறுத்தும்படி இருந்தது. நெடுநேரம் கழித்து தலைமை இரவாடிவித்தைக்காரர் அச்சம் கலந்த குரலில் நாட்டாமைக்காரரைக் கூப்பிட்டார்.

"வேற வழியில்ல... குறளைப்பேய்கள் பலமா சக்கரத்த கவ்வியிருக்கு... கர்ப்பவதிய பலியிட்டாத்தான் அடக்க முடியும்..."

"அப்ப கலெக்டர் சொன்ன மாதிரி தேர கொளுத்தீருவோம்..."

“தேரக்கொளுத்துனா... குறளைகள் ஊரக் கொளுத்தீரும்...”

நாட்டாமைக்காரர் பயந்து நடுங்கினார். நெட்டையாண்டி ஒருகணம் யோசித்தான். தைரியமாக வீட்டுக்கு போய் கனகாவைத் தூக்கி வந்தான். தலைமை இரவாடிவித்தைக்காரர் கலசநீரை அள்ளிக் கனகாமீது வீசினார். வீச்சரிவாளை ஓங்கிp பிடித்து நின்றார். உதடுகளிலிருந்து வெளிப்பட்ட ஆக்ரோசமான மந்திரம் மௌனம் பூண்ட ஊர்வெளியை மீண்டும் கிழித்துக்கொண்டு பரவியது.

அந்த நேரம் நாற்சந்திக்குக் குதிரை ஒன்று வாயில் நுரைதள்ள வந்து நின்றது. கோவணச்சாமியார் தீப்பந்தத்துடன் குதிரையிலிருந்து குதித்திறங்கினார். தலைமை இரவாடிவித்தைக்காரர் ஓங்கியிருந்த வீச்சரிவாளைப் பிடுங்கித் தூர வீசினார். ஏதோ சாடை காட்டினார். தலைமை இரவாடிவித்தைக்காரர் நெட்டையாண்டியிடம் சொன்னார்.

“சாமீயே ... தேர நகர்த்ரன்னு சொல்லிருச்சு... நீ... உம்பொஞ்சாதிய தூக்கிட்டு ஊட்டுக்கு ஓடிரு...”

ஒருபோதும் இல்லாமல் அப்போது ஊரைச்சுற்றிலும் குள்ளநரிகள் ஊளையிட்டன. மயங்கிக் கிடந்த கனகாவைத் திண்ணையில் கிடத்திய நெட்டையாண்டிக்குப் பயம் எடுத்தது. வெளிமதில் கதவைச் சாத்திவிட்டு வீதியில் இறங்கி நடந்தான்.

நீண்ட வருட தேசாந்திரப் பயணம் முடிந்து ஊர் திரும்பிய நெட்டையாண்டி நேராகக் காமாட்சியம்மன் கோவிலுக்கு வந்தார். யாரோ வயதான சன்னியாசி என நினைத்து எவரும் அடையாளம் கண்டுகொள்ளவில்லை. இளம் பூசாரி ஒருவன் முள்பாதகுறடின் மேல் நின்று சாமியாடிக்கொண்டிருந்தான். கணக்குகள் சொல்லிக் காணிக்கை பெற்றான். நடுச்சாமத்துக்கு பின் சாமியாட்டம் ஓய்ந்தது. குறிகேட்க வந்தவர்கள் வாகனங்களில் ஏறிக் கலைந்தனர். திடீரென எங்கும் அச்சுறுத்தும் தனிமை. நாலுகால்மண்டப மூலஸ்தானத்தைப் பூட்டிவிட்டு வந்த இளம் பூசாரி, உருவாரக் குதிரையோரம் உட்கார்ந்திருந்த நெட்டையாண்டியைக் கண்டதும் அருகில் வந்தான்.

“இது சத்தியவாக்கான சாமீ... இங்க இராத்தங்கக் கூடாது...”

“தங்கினா சாமி என்ன பண்ணும் “

“சாமி ஒண்ணும் பண்ணாது ஆனா... எங்க தாத்தோவோட சித்த சக்தி உங்கள உசுரோட விடாது...”

"நான் அதற்கெல்லாம் பயப்படமாட்டேன்..."

"யோவ்... பெருசு... கொஞ்ச நேரத்துக்கு முன்னால ஏஞ்சாமியாட்டத்த பாத்தையில்ல... அது எப்படின்னு நெனைக்குற ... எல்லா அவரோட அருளு..."

நெட்டையாண்டி சப்தமாகச் சிரித்தார்.

"அவரு சாதாரண சித்தரில்ல... ஊருக்காக கட்டிய பொண்டாட்டியவே தேர்ப்பலி கொடுக்க நெனச்ச மகான்..."

நெட்டையாண்டி மீண்டும் சப்தமாகச் சிரித்தார்..

"நீங்க இன்னும் நம்பலையில்ல... வீட்டுக்கு வாங்க எங்க பாட்டியவே சொல்லச் சொல்றேன்..."

நெட்டையாண்டி பதில் கூறாமல் இருளில் இறங்கி நடந்தார். ஊரை எல்லாம் தாண்டி நடந்தபின்னால் கோவணச்சாமியார் தேரை நகர்த்தினாரா இல்லையா என்கிற சந்தேகம் அன்றைக்குப் போலவே இன்றைக்கும் எழுந்தது.

-(ஆனந்த விகடன், *13-01-2017*)

காலவியூகம்

1

பங்குனி உத்திரத்தேர் வலம் வரும் வீதிகள் எல்லாம் வெறிச் சோடியே கிடந்தன. செங்கொன்றை மரத்தின் பூக்கள் இறைந்த காவல் நிலையத்தின் முகப்பில் மட்டும் மின்சார விளக்கு எரிந்து கொண்டிருந்தது. எதிர்சாரிk கடைகள் எல்லாம் பலகை சாத்தி மூடியிருந்தன. மலையடிவாரப் பாதையில் பசு ஒன்று அசைவாங்கிக் கொண்டு நின்றது. தெப்பக்குளத்துப் படிக்கட்டில் பரதேசிகள் சிலர் படுத்துறங்கிக்கொண்டிருந்தனர். பாசிநீர்ப்பரப்போரம் கத்திய தவளையின் நாரச ஓசை இடைவிடாமல் எதிர்க்கரையில் மோதி எதிரொலித்துக் கேட்டபடியே இருந்தது. மலைக்கோவிலைப் பார்த்த படியே இருக்கும் மயில்வாகனத்தின் கீழ் சேதுசிற்பி ஒரு பரதேசி போலவே உட்கார்ந்துகொண்டார். காவித்துண்டால் தலைக்கு முக்காடிட்டுத் தம்மை யாரென்று அடையாளம் தெரியாதளவுக்கு மறைத்துக்கொண்டார். கண்கள் மட்டும் கோவில் பாதையைக் கூர்ந்து நோக்கியபடியே இருந்தன.

எங்கும் பீதியூட்டும் இருள்வெளி. நேரம் கடந்தது. வரும் ஆவணி வளர்பிறை சஷ்டியில் இந்த மலைக்கோவிலுக்கு நான்காவது கும்பாபிஷேகம் நடக்கவிருக்கிறது. முப்பத்தாறு வருஷங்களுக்கு முன்பு இந்த மலைக்கோவிலை ஆகம விதிப்படி இத்தனை பிரமாண்ட மாக நிர்மாணித்த மகாசிற்பி தான்தான் என நினைத்தபோது ஒருகணம் தன்னையறியாமல் ஏளனச்சிரிப்பு சிரித்துக்கொண்டார். ஊரும் உலகமும் அப்படித்தான் இன்றளவும் நம்பிக்கொண்டிருக்கிறது. உண்மையைப் போட்டுடைக்க தனக்கு ஏன் இத்தனை ஆண்டுகள் திராணி யில்லாமல் போனது என யோசிக்க யோசிக்க பெரும் அவமானமாக உணர்ந்தார். இறையுருவம் செதுக்கும் தான் யுகங்களாய் அழியா நிலைப்புகழுடையவன் என்கிற போலிப் பெருமிதத்திலேயே மனம் தொடர்ந்து ஆட்பட்டுவிட்டதாகக் கூடத் தோன்றியது. பிராயங்கள்

கூட கூட உறுத்தல்கள் அதிகமாகி மனத்தை அரிக்கத் துவங்கின. சமீபமாகத்தான் பிராயச்சித்தம் நோக்கி நகர்ந்து வரவேண்டிய கால நிமித்தம் கூடிற்று. இந்தக் காத்திருத்தல் கூட இதன் முதல் முயற்சிதான்.

ஊருக்குள் முதல் சேவல் கூவிற்று. பேசாச்சாமி கோவிலைப் பார்த்து நடந்து வந்தார். கம்பீர நடை. நெஞ்சுவரை நீண்ட கருந்தாடி. சடைமுடிக்கற்றை. சேதுசிற்பிக்கு மூச்சு உறைந்து மீண்டது. வெளிக் காட்டிக்கொள்ளவில்லை. சாமி இவரைப் பொருட்படுத்தாமல் மயில் வாகனத்தைத் தாண்டி நடந்தார். படிக்கட்டில் ஏறும்வரை காத்திருந்த இவர் எழுந்து பின்தொடர்ந்தார். பனி ஈரம் படிந்த கல்படிகள் முடிவுற்றன. வலதுபுறம் முருகர் சன்னதிக்குச் செல்லும் காரைத்தளம் பிரிந்தது. இடதுபுறம் வனத்துக்குள் செல்லும் சிறுகால்தடம் போயிற்று. இருள் இன்னும் அடர்ந்தது. எங்கும் வனத்தின் வைகறை நிசப்தம். அரப்பு மரங்களுக்கிடையே புகுந்து வந்த வாடைக்காற்று குளிருடன் வீசிற்று. எட்டத்தில் ஆள் அரவம் கண்டு கண்விழித்த குக்குறுவான்கள் குரலிட்டன. அந்த இடத்தில் பேசாச்சாமி போய்க்கொண்டிருக்கக் கூடும். இவருக்கு இருள் வனத்தின் ஏகாந்தத்தை அனுபவிக்கும் மனநிலை இல்லை. பேசாச்சாமியை நினைத்தபடியே நடந்தார். நினைவுகள் காலத்தைப் பின்னோக்கி நகர்த்தின.

2

சித்தார்த்தி வருஷம். கோடைக்காற்றுக் காலம். வைகாசி வளர்பிறைத் திங்கள். நொய்யலாற்றின் நீர்ப்பிரவாகம் தரைப்பாலத்துக்கு மேலாக நுரைபொங்கி ஓடிற்று. குதிரை நீருக்குள் கால்களைத் தயங்கி தயங்கி வைத்து நடந்தது. வண்டியோட்டி கடிவாள வார்க்கச்சையைச் சுண்டிப் பிடித்துச் சூதானமாகவே ஓட்டினார். வண்டிக்குள் அமர்ந்திருந்த சேதுசிற்பி அக்கரையில் ராஜகம்பீரமாகத் தெரியும் வேணாடுடையாரின் அரண்மனையைப் பார்த்தபடியே தீவிர யோசனையில் ஆழ்ந்திருந்தார். சின்னவேணாடுடையார் இந்த அதிகாலையில் அவசரமாகப் புறப்பட்டு வரச்சொன்னதன் காரணம் புரியாமல் மனசு குழம்பித் தவித்தது.

வண்டி சமநிலையில்லாமல் குலுங்கி குலுங்கி ஆற்றைக் கடந்தது. அரண்மனையின் முன்பான இந்திரவிநாயகர் சன்னதியெங்கும் பச்சைத் தென்னந்தடுக்குப் பந்தலிட்டு மாவிலைத் தோரணம் கட்டி அலங்கரித்து வைத்திருந்தனர். தரையில் பசுஞ்சாணம் மெழுகி மாக்கோலமிட்டிருந்தனர். சின்னவேணாடுடையாரும் ஊர்ப் பிரமுகர்களும் சேதுசிற்பியை எதிர்கொண்டு வரவேற்று கோவிலுக்கு

அழைத்துப் போயினர். கடிவாளத்தைக் கழற்றியதும் குதிரை முன்னங்கால் தூக்கி கனைத்துக்கொண்டே அடிவயிற்று ஈரத்தை உலர்த்தியது.

கோவிலின் உள்பிரகாரத்தில் பெரியவேணாடுடையார் மரநாற்காலியில் உட்கார்ந்திருந்தார். தொண்ணூறு வயதுக்கு மேலிருக்கும் பழுத்த பழம் கடுங்காரியச் சித்தர். சற்று நேரம் நிசப்தம் நீடித்தது. நடைக்கு வெளியே தொலைவில் தெரியும் மலைக்குன்றைப் பார்த்துவிட்டுப் பெரியவேணாடுடையார் திடீரெனப் பேசினார்.

“ரெண்டு நாளைக்கு முன்னால கோழி கூப்புட ஒரு கனவு. வேலாயுத சாமி என்னை மலயடிவாரத்துக்குக் கூட்டிட்டு போறாரு... எப்ப எங்கோவில கட்டப்போறேன்னு கேக்குறாரு... கட்டிருவோம் சாமினேன்... சாதராணமா கட்டக்கூடாதுனு உத்தரவு போட்டுட்டு பட்டுனு மறஞ்சுட்டாரு... நா திடுக்கிட்டு முழிச்சு சின்னவர எழுப்பினேன்... அவர் மறுப்பேச்சு பேசல... கட்டிரலாம்னு சொன்னாரு... இப்ப பெரியசிற்பி நம்மோட இல்ல. அதனாலதா உங்ககிட்ட இந்தப் பெரிய பொறுப்ப ஒப்படைக்கிறோம்... இந்த ஐங்காதவெளியில இப்படி ஒரு கோவில ஆரும் கட்டினது இல்லையினு ஒரு பேர எனக்கு நீங்க சம்பாரிச்சு குடுக்கனும்...”

உடனே வேலைகள் துரிதமாக நடந்தேறின. வருஷத்தில் வாஸ்து புருஷன் கண்விழித்திருக்கும் எட்டு நாளில் ஒரு நாளான வைகாசி இருபத்தொன்றாம் தேதி கோவிலுக்குப் பாலக்கால் போடப்பட்டது. மலைக்கோவிலுக்கான கருங்கற்கள் கொண்டுவரப்பட்டு குவிக்கப் பட்டன. அனுதினமும் கருக்கலிலேயே ஆண்கல், பெண்கல், அலிகல் எது எதுவென சேதுசிற்பி மாக்கல்லால் அடையாளமிட்டுக் கொடுத்தார். கல்லுளித்தச்சர்கள் வேலையை ஆரம்பித்துவிட்டனர். யாளி, ரதிமன்மதன், பிச்சாடனர் என பிரகாரத் தூண் சிற்பங்கள் செதுக்கி வடிவம் பெற்றன. மூலப்பிராகாரச் சுவற்றில் பிரதிஷ்டை செய்ய வேண்டிய திருவுருவச் சிலைகளும் தோன்றலாயின. கோபுரச் சுதைச்சிற்பிகள் மண்ணீட்டுச் சூளை போட்டு கலவையுடன் பரண் ஏறினர்.

அன்று அமாவாசை தினம். எங்கும் உளியின் சப்தம். மூலவர் திருவுருத்தைச் செதுக்க சேதுசிற்பி முடிவு செய்திருந்தார். நீரில் ஊறப்போட்டிருந்த ஆண்கல்லைக் கல்லுளித்தச்சர்கள் நிமிர்த்தி வெளியே எடுத்துப்போட்டனர். ஒரு திருமுகம், ஆறு திருக்கரங்கள், கரும்பு வில், கேடயம், வச்சுராயுதம், சேவற்கொடி பிடித்து,

அணிகலன்கள் பூண்டு மயில்வாகனமேறி, மூன்று கண் விபூதியுடன் சரவணபவராக செதுக்க நினைத்திருந்தார். பச்சைமரகதக்கல்லின் முன் உளியைப் பிடித்துக்கொண்டு கண்களை மூடி உட்கார்ந்தார். செதுக்கும் முருகரின் திருவுருவம் கண்முன் தோன்றி நின்றது. முருகரின் உடலுறுப்புகளை வர்ணிக்கும் பாடல்களை வாய் முணுமுணுத்தது. திருமேனியின் கண், புருவம், புருவத்தின் மயிர், இமை, இமைமயிர், நெற்றி, கன்னம், நாசி, இதழ் என அவயங்கள் அனைத்தையும் மனத்துக்குள் சிற்பமாகக் காட்சிகொள்வதைக் கண்டார்.

புறச்சூழல் மறைந்துவிட்டது. உளியின் முதல் ஓசை எழுந்தது. சிறுகற்சில்லுகள் தெறித்து விழுந்தன. அகமெங்கும் முருகப் பிம்பம். இவர் பிரக்ஞையின்றியே கல்லை உளி செதுக்கிச் சென்றது. வடிவ நேர்த்திக்கேற்பக் கல்லிலே வேண்டாத பகுதியை உளி கழித்துக் கொண்டே வந்தது. உச்சிக்காலப் பொழுது. திருமேனியின் உடம்பு கிடைத்துவிட்டது. இனி அவயங்கள் உருப்பெற வேண்டிய நேரம். உளியின் பதிவு நிதானமாக இருக்க வேண்டும்.

இவர் திருமேனியின் உடம்பை நிமிர்த்தி வைத்துவிட்டு முன்னால் மண்டியிட்டு அமர்ந்தார். சிரசுப்பகுதிக்கு இடம்விட்டு கீழாக இமைப் புருவத்தைச் செதுக்க உளியை மெல்லப் பதித்தார். கல் ஓசை மாறிக் கேட்டது. ஒரு பெரிய விரிசல். உடம்பின் கீழாக நீண்டு போயிருந்தது. திடுக்கிட்டுப் போனார். ஒரு கணம் என்ன செய்வதெனத் தெரியவில்லை. இதுவரை இப்படி ஆனதில்லை.

மறுதினம். அந்திக்காலப் பொழுது. வேறு கல்லில், கண், இமை, மார்பு, கழுத்து என நினைத்ததுபோலவே தத்ரூபமாகச் செதுக்கியாயிற்று. அடுத்து கேடயம் பற்றிய திருக்கரத்தைச் செதுக்க ஆரம்பித்தார். நாம்பிய விரல்களுக்கிடையில் உளி மெதுவாக இறங்கி ஏறிற்று. சுத்தியலின் நிதானமான அடி. ஆனால், உளி தடுமாறி சனி விரல் நகத்தைப் பெயர்த்தது. சிறு ஊனம். இவருக்கு ஒன்றும் புரியவில்லை. மனசு பயந்தது. உளியைப் பிடித்தபடியே நிச்சலனமாக இருள் சூழும்வரை நின்றார். தேர்ந்தெடுத்த கல்லில் எவ்விதக் குறையுமில்லை. ஏன் இப்படி நேர்ந்தது என்ற கேள்வி சுழன்று அலைக்கழித்தது. அத்திக்கட்டையில் பாலாலயம் செய்திருந்த இறைசக்தி முன்பு நடுச்சாமம்வரை சம்மணமிட்டு உட்கார்ந்திருந்தார். கல்லுளித்தச்சர்கள் சமையலை முடித்து உண்டு உறங்கிப்போயிருந்தனர். இவருக்குф படுத்தும் நல்ல உறக்கமில்லை. சிந்தனைகள் தாறுமாறாக

ஓடின. இத்தனை நாட்களுக்குப் பின்பு பெரியசிற்பி எட்ட நின்று சிரிப்பது போல இருந்தது. எழுந்து கூடாரத்தைவிட்டு வெளியே வந்தார். வனத்துக்குள் அருகாமையில் குள்ளநரிகள் ஊளையிட்டன. கறுத்த இருள்வானம் விண்மீன்களை விழுங்கி விரிந்து கிடந்தது. தெற்கத்திக் காற்று விரியமர இலைகளைச் சலசலத்துக் கடந்தபின் வெளியெங்கும் வெறுமை சூழ்ந்தது. மறுபடியும் பெரியசிற்பியிடம் இருந்து மனம் அகல மறுத்தது.

3

ஏவிளம்பி ஆண்டு. மார்கழி விடியல் வேளை. மூடுபனி வாடையுடன் குளிர்காற்று வீசிற்று. சேதுசிற்பிக்கு ஏழு வயது. தோளில் சுமந்துவந்த அப்பா தெப்பக்குளப் படிக்கட்டில் இறங்கினார். நீரலைக்கு மேலான படிக்கட்டு ஒன்றில் சேதுவை உட்காரவைத்தார். வெள்ளைப் பூ மலர்ந்த அல்லிக்கொடியின் ஊடாக அம்மா மல்லாக்க புடவை விலக செத்து மிதந்துகொண்டிருந்தாள். அப்பா போய் விட்டார். சேது பெருங்குரலெடுத்து அழத்தொடங்கினான். கூட்டம் கூடிற்று. ஊர்மணியக்காரர் வந்து விசாரித்தார். சேது அழுகையை நிறுத்தவில்லை. பொழுது கிளம்பி வெயில் ஏறியபின் குதிரை வண்டியில் வந்திறங்கிய பெரியசிற்பி நேராக மணியக்காரரிடம் போனார். ஏதோ குசுகுசுவெனப் பேசினார். சேதுவைத் தூக்கித் தோளில் உட்காரவைத்துக்கொண்டு மீண்டும் படியேறினார். குதிரை வண்டி கிளம்பிற்று. சேது அழுகையை அடக்கவேயில்லை.

செவ்வாழைத் தோப்பினூடே குதிரைவண்டி சென்றது. பெரிய மச்சுவீட்டின் முன்பு திரும்பி நின்றது. பெரியசிற்பி வண்டியில் இருந்து சேதுவை இறக்கி வெளித்திண்ணைக்குக் கூட்டிப்போனார். நடைமீது நின்ற தாயும் மகளும் புரியாமல் பெரியசிற்பியைப் பார்த்தனர். சேது தொடர்ந்து தேம்பி தேம்பி அழுதபடியே இருந்தான். மகள் வாசற்படி தாண்டி சேதுவின் முன்பு வந்து நின்றாள். சிரித்தபடி சேதுவின் கையைப் பற்றினாள்.

"நான் சாரதா... நீ..."

சேதுவுக்குச் சட்டென அழுகை நின்றது. சாரதாவையே சிறிதுநேரம் பார்த்தான். பின் மெல்லச் சிரித்தான். சாரதாவின் தாய் பெரியசிற்பியிடம் கேட்டாள்.

“புள்ளை ஆருங்க...?”

பெரியசிற்பியும் சிரித்தார். மாதங்கள் வேகமாக ஓடின. சேது குதிரைக் கொட்டத்தில் படுத்துக்கொண்டான். வாழைமட்டை மடக்கு இலையில் இருவேளை சாப்பாடு. நொய்யல் ஆற்றங்கரைக்குப் பசுக்களை ஓட்டிப்போய் மேய்க்கும் வேலை. பெரியசிற்பி திருச்சூர்பக்கம் சிற்ப வேலைக்குப் போய்த் திரும்பியபோது ஒருமுறை கட்டுத்தரைக்கு இரு எருமைகளைக் கொண்டுவந்தார். இந்த ஊர்ச்சனங்கள் முதன்முறையாக எருமைகளைப் பார்த்தனர். சேதுவுக்கு எருமைகளை மேய்ப்பது மிகவும் பிடித்திருந்தது. பசுக்கள் போலல்லாமல் எருமைகள் நிரம்பவும் சாதுவானவை. நீர்த்துறையில் மணிக்கணக்காகச் சேற்றோடு புரண்டு படுத்தே கிடந்தன. பார்த்துக்கொள்ள ஆள் தேவையில்லை. நண் பகலில் சேது வீட்டுக்கு வந்துவிடுவதை வழக்கமாக்கினான். சாரதா காலையிலிருந்து திண்ணைப் பள்ளிக்கூட வாத்தியாரிடம் படித்த பாடத்தைச் சேதுவுக்குச் சொல்லிக்கொடுத்தாள். சேதுவின் ஆள்காட்டி விரலைப் பிடித்து மணல் தரையில் தமிழின் எல்லா எழுத்துகளையும் எழுதிப் பழக்கிவிட்டாள். சேது பிரபந்தங்களையும் இதிகாசங்களையும் எழுத்துக்கூட்டி வாசிக்கக் கற்றுக்கொண்டான். முற்றத்துக் கூரை நீர் சொட்டிட்ட ஒரு மழைநாளில் சாரதாவின் தாயுடைய கம்பராமாயணப் புத்தகத்தை சேது வாசித்துக்கொண்டிருந்தபோது குதிரை வண்டியோட்டி பார்த்துவிட்டான். அடித்து புத்தகத்தைப் பிடுங்கி பெரியசிற்பியிடம் இழுத்துப்போனான். சேதுவுக்கு விழியில் நீர்கோர்த்து நடுக்கம் ஏற்பட்டது. பெரியசிற்பி கொஞ்ச நேரம் சேதுவையே தீர்க்கமாகப் பார்த்தார். குதிரை வண்டியோட்டியிடமிருந்து கம்பராமாயணப் புத்தகத்தை வாங்கி சேதுவிடமே திருப்பிக்கொடுத்துச் சொன்னார்.

“படி...”

இரவெல்லாம் கார்மழை பெய்து ஓய்ந்திருந்த விடியற்காலை. பூவரசங்கிளையில் கோகிலக்குயில்கள் கூவின. மூன்றாம் சாமத்தில் படம் விரித்தாடும் நாகசர்ப்பக் கனவுகண்ட சேது அசந்து தூங்கிவிட்டான். முகத்தில் கொட்டத்து சாளர இளவெயில்பட்டு முழிப்பு தட்டியது. சேது அவசரமாக எழுந்து தொழுவத்துக்கு ஓடினான். முதியவர் ஒருவர் சாணம் அள்ளி முடித்துப் பசுக்களுக்கு வைக்கோல் போட்டுக் கொண்டிருந்தார். சேதுவுக்கு ஒன்றும் புரியவில்லை. திரும்பவும் வீட்டுக்கு ஓடிவந்தான். சாரதாவின்தாய் சேதுவைk கிணற்றடியில் குளித்துவிட்டு வரச்சொன்னாள். சாரதா புது ஆடைகளை

வழங்கினாள். சேதுவுக்கு இதெல்லாம் புதிதாக இருந்தது. அன்று தலைவாழையிலையில் பெரியசிற்பியோடு சரிசமமாக உட்கார்ந்து சாப்பிட்டான். மழைவெயில் வந்ததும் பெரியசிற்பி சேதுவைத் தன்னோடு குதிரைவண்டியில் கூட்டிப்போனார். சேதுவுக்கு ஒரே பிரமிப்பாக இருந்தது. மருதமரங்கள் செறிந்த செம்மண் பாதையில் குதிரைவண்டி ஓடி ஓர் ஆதிகால மாயவர் கோவிலின் முன்பு நின்றது. கோபுர உச்சியில் சுதைச்சிற்பிகள் வேலையில் ஈடுபட்டிருந்தனர். உள்பிரகாரத்தில் உளிபிடித்திருந்த கல்லுளித்தச்சர்கள் எழுந்து வணங்கினர். இளமதியத்தில் பெரியசிற்பி கோபியர்களுடன் கண்ணன் ஆடிய ராசலீலைகளைச் செதுக்கிய தூண்கள் பக்கம் சென்றார். செதுக்கப்படாத ஒரு தூணின் முன்பு சிற்றுளி பிடித்து உட்கார்ந்தார். கோகுலத்தைக் காக்க கோவர்த்தன மலையைக் குடையாகப் பிடித்த பெருங்காட்சி சிற்பமாக நுணுக்கம் கொண்டது. சேது பெரியசிற்பியின் கைவண்ணத்திலேயே லயித்துப்போனான்.

4

சௌமிய ஆண்டு. வங்கக் கடலில் முதல் புயல் எடுத்திருந்த புரட்டாசி மாதம். நண்பகல் வரை இடிமழை பொழிந்து தீர்த்த தினம். சேதுவுக்குப் பதினெட்டு வயது. சிவன் சன்னதிக்கு முன்னர் அமைந்துள்ள பெரிய மண்டபத் தூணொன்றில் ஆடல்வல்லானின் ஊர்த்துவத் தாண்டவ முத்திரையை கற்சிற்ப வடிவில் செதுக்கிக்கொண்டிருந்தான். அந்த நாட்களில் ஒரே நேரத்தில் மூன்று சிவாலயங்களில் சிற்ப வேலைகள் நடந்துகொண்டிருந்ததால் பெரியசிற்பி அங்கு இல்லை. ஏற்கனவே சேது இவ்வாலயத்தின் அம்பாள் திருமேனி வடித்துப் பெயர்பெற்றிருந்ததைக் கண்டு பொறாமை கொண்டிருந்த முதிய கல்லுளித்தச்சர் ஒருவர் சேதுவை ஜாடை பேசினார்.

“பெரியசிற்பி இவனுக்கே சாரதா பொண்ணைக் கட்டிவச்சு வாரிசாக்கப் போறாராம்...”

“பின்னே... நாமெல்லாம் நடராஜ மூர்த்திய செதுக்க மாட்டமா என்ன...?”

“அனாதையா பொறந்திருந்தாலும் மச்சம் கூடி இவனாட்டம் பொறக்கனும்... மாப்பிள்ளை ஆகலாம்... நம்ம மாதிரி தொச்சம் கூடி பொறந்திருந்தா இப்படி கருங்கல்ல மாங்குமாங்குனு கொத்திக்கிட்டு கெடக்க வேண்டியதுதான்... ”

சேதுவுக்குக் கோபம் தலைக்கேறியது. சிற்றுளியையும் சுத்தியலையும் வீசியெறிந்தான். எழுந்து முதிய கல்லுளித்தச்சரிடம் சென்றான். கைகளைப் பிடித்து முறுக்கி முதுகில் குத்தினான். அதற்குள் அவரோடு கூடப்பேசிய இளம் கல்லுளித்தச்சன் ஓடிவந்து சேதுவின் கன்னத்தில் அறைந்தான். மற்ற கல்லுளிதச்சர்கள் இடைப்புகுந்து மூவரையும் விலக்கிவிட்டனர்.

பெரியசிற்பி வந்ததும் மூவரும் அவர் முன்பு கொண்டுபோய் நிறுத்தப்பட்டனர். சிறிதுநேரம் பெரியசிற்பி மூவரையும் மாறி மாறிப்பார்த்தார்.

“அழகே இறைவன்... இறைவனின் அழகே இயற்கை... இயற்கையின் அழகே ஆன்மா... ஆன்மாவின் அழகே சிற்பம்... இதை என் குருநாதர் அடிக்கு ஒருதரம் சொல்லிக்கிட்டே இருப்பாரு. சிற்பம் செதுக்குறவங்களுக்குக் கோவம் வரலாமா...?”

மூவரும் பதில் பேசாமல் தலை கவிழ்ந்தே நின்றனர்.

“எனக்கு எங்கிட்ட இருக்குற எல்லோரும் சரிசமம்தான்... சேதுகிட்ட கொஞ்சம் அதிகமான திறமை இருக்கு... அதனால கிட்டத்துல வச்சுருக்கேன். அவ்வளவுதான்... அதுக்காக எம்பொண்ண கட்டிக்கிற தகுதியெல்லாம் அவனுக்கு இன்னும் வரலை...”

பெரியசிற்பி எழுந்து குதிரைவண்டியேறிப் போய்விட்டார். மழை திரும்பவும் கனத்து இறங்கியது.

மறுதினம் பெரியசிற்பி கோவிலுக்கு வந்ததும் குதிரை வண்டியிலிருந்து இறங்காமலேயே சேதுவைக் கூப்பிட்டார்.

“நடராஜ மூர்த்தியோட ஊர்த்துவத் தாண்டவ முத்திரை உனக்கு சரியா வரலை... வண்டியில ஏறு...”

குதிரைவண்டி ஊரைக் கடந்து பத்து மைலுக்கப்பால் விரைந்தது. திடீரென வேம்பு நிழல் கொண்ட ஈரமண்பாதையில் திரும்பிற்று. கொண்டல் காற்று வீசும்போதெல்லாம் வேப்பங்கிளைகள் நீர் சொட்டின. இருபுறமும் பருத்திக்காடு. பொட்டுப்பானைகளும் கோமாளிகளும் நின்று காடுகாத்தன. ஊர் முகப்பிலிருந்தே சீமையோட்டு வீடுகள் கொண்ட வீதிகள் சந்துசந்தாகப் பிரிந்தன. வண்டி நின்ற வீடு பெரிய எட்டங்கண தொட்டிக்கட்டு வீடு. நடுமுற்றத்தில் உச்சிப்பொழுது வெட்டாப்பின் வெளிச்சம். உள் அங்கணத்திலிருந்து எட்டு வயது சிறுவன் ஒருவன் ஓடிவந்து பெரியசிற்பியின் கால்களைக்

கட்டிக்கொண்டான். பெரியசிற்பி அவனைத் தூக்கிஃஹ் தட்டாமாலை சுற்றிக் கீழே இறக்கிவிட்டார்.

“அம்மா... அப்பா வந்துருக்காரு...”

சிறுவன் மறுபடியும் உள் அங்கணத்திற்குள் ஓடி மறைந்தான். சேது அதிர்ந்து போனான். வெளிக்காட்டிக்கொள்ளவில்லை. பெரியசிற்பியும் உள்ளே போனார். சேது முற்றத்துத் திண்ணையில் அமர்ந்தான். கூரை மீது அணில்கள் க்றீச்சிட்டன. பெரியசிற்பி நாட்டிய மங்கை ஒருத்தியுடன் வெளிப்பட்டார். பேரழகி. சேதுவினால் பார்வையை அகற்ற முடியவில்லை.

“சேது... இவங்க முத்திரையையும் அபிநயத்தையும் கவனமா கவனி...”

பெரியசிற்பி நடராஜப் பத்து பாடினார்.

“மானாட மழுவாட மதியாட புனலாட மங்கை சிவகாமியாட,
மாலாட நூலாட மறையாட திறையாட மறைதந்த பிரம்மனாட...”

நாட்டிய மங்கை நடுமுற்றத்தில் நின்று அபிநயித்தாள். இடது கால்தூக்கி வலது பாதம் ஊன்றி கண்கள் மருண்டு விரல்கள் முத்திரையிட்டன. சேது தன்னிலை மறந்தான். பெரியசிற்பி பாடலை நிறுத்தி சேதுவைப் பார்த்தார்.

“இப்ப போய் நடராஜரைச் செதுக்கு...”

பெரியசிற்பி அங்கேயே தங்கிக்கொண்டார். மழை வலுத்த இரவில் சேது மட்டும் குதிரைவண்டியேறிக் கோவிலடி வந்து சேர்ந்தான். நடராஜ மூர்த்தியின் ஊர்த்துவத் தாண்டவச் சிற்பம் பங்கமின்றி உருப்பெற்றது.

அந்த வாரம் கழிந்தது. புயல் மழை ஓய்ந்து ஊர்வெளி வெயில் கண்டு விட்டது. சாயங்காலத் தருணம் ஒன்றில் சாரதா தனியாக செவ்வாழைத் தோப்புக்குள் செல்வதைச் சேது கண்டான். பின்தொடர்ந்து போனான். சாரதா வரப்பு மகிழம் மரத்தின் கீழே உதிர்ந்து கிடக்கும் பூக்களைப் பொறுக்கி நூலில் கோர்க்க ஆரம்பித்தாள். மஞ்சள் வெயிலில் மழைத்தட்டான்கள் மிதந்தபடி இருந்தன.

“சாரதா... என்ன கலியாணம் பண்ணிக்குவியா...?”

“அதுக்கு எங்கப்பாகிட்டதான் நீங்க கேக்கணும்...”

“உன்ன கட்டிக்கிற தகுதி எனக்கில்லையினு அவரு சொல்லிட்டாரு...”

“அப்ப தகுதிய வளர்த்துக்குங்க...”

“எப்படி...?”

“எங்கப்பாவாட்ட பெரியசிற்பியா... ஏகபத்தினி விரதனா...”

“உங்கப்பா ஏகபத்தினி விரதன்னு உனக்கு எப்படி தெரியும்...?”

சாரதா ஒருகணம் திடுக்கிட்டு நிமிர்ந்து சேதுவைப் பார்த்தாள். சேது நாட்டிய மங்கையையும் அந்தச் சிறுவனையும் பற்றிச் சொன்னான். சாரதாவுக்கு அழுகை பொங்கியது. மகிழம் பூக்களை உதறிவிட்டு வீட்டைப் பார்த்து ஓடினாள். சேது உள்ளுக்குள் சிரித்துக்கொண்டான். அப்போது வாடைக்காற்றில் மகிழம்பூ வாசம் பெருகி மணந்தது.

அன்றிரவு இரண்டாம் சாமத்தில் குதிரைவண்டியில் வீடு வந்து சேர்ந்த பெரியசிற்பியிடம் சாரதாவும் சாரதாவின்தாயும் எதுவும் பேசிக்கொள்ளவில்லை. பெரியசிற்பி சேதுவைப் பார்த்தார். புரிந்து கொண்டார். விடியும் வரை வீடு அசாத்தியமான நிசப்தம் பூண்டு கிடந்தது. கீழ் செவ்வானில் உதயரேகை படர்ந்தபோது வாசலில் வேறொரு குதிரைவண்டி வந்து நின்றது. சாரதா சேதுவிடம் வீட்டுச் சாவியைக் கொடுத்துவிட்டுச் சொன்னாள்.

“நாங்க பாட்டி வீட்டுக்கு போகிறோம்... இனி திரும்பி வர மாட்டோம்”

அதுவரை திண்ணையில் மௌனமாக அமர்ந்திருந்த பெரியசிற்பி எழுந்து நின்று பேசினார்.

“சேது... இவங்களை இங்கேயே இருக்கச் சொல்லு... நான் போய்க்கிறேன்...”

பெரியசிற்பி வீட்டில் எந்தப் பொருளையும் எடுக்கவில்லை. குதிரை வண்டியைப் பூட்டச்சொல்லி விருட்டெனப் புறப்பட்டுப் போய்விட்டார். சாரதா உள்ளே ஓடிப்போய் தாயின் மார்பில் முகம் புதைத்து அழுதாள். சேதுவும் சாரதாவை ஆறுதல்படுத்த விரும்பவில்லை. கிளம்பி நேராகக் கோவிலடிக்கு வந்துவிட்டான். மதியத்தில் சேதுவைக் கூப்பிட்டு பெரியசிற்பி சொன்னார்.

“இனி இந்தக் கோவிலோட எல்லா வேலையையும் நீயே முடிச்சுரு... நான் உளியைத் தொடமாட்டேன்...”

அதன்பின்னான நாட்களில் பெரியசிற்பி தனக்கு வரும் வேலைகளையும் சேதுவிடமே திருப்பிவிட்டார். ஆகாயத்தில் கோடை முகில் கூட்டம் பொழுதை மறைத்திருந்த பின்மதியம். பெருமாள் கோவிலில் பிராகாரச் சிற்பங்கள் செதுக்கும் வேலை நடந்துகொண்டிருந்தது. சேது சிற்பம் செதுக்கக் காத்துக்கிடக்கும்

கற்களில் ரேகை பார்த்துக்கொண்டிருந்தான். சாரதாவின் தாய் கூப்பிடுவதாகக் குதிரைவண்டியோட்டி வந்து அழைத்தான். சேது வீட்டுக்குப் போனான். நடைக்குள் நின்று சாரதாவின் தாய் அழைத்தாள்.

"உள்ளே வாங்க மாப்பிள்ளை... "

சாரதா கதவின் பின்னே ஒளிந்து நின்றுகொண்டு சிரித்தாள். சேது சாரதா கல்யாணத்துக்குக் கூட பெரியசிற்பியை அழைக்கவில்லை.

5

பரிதாபி ஆண்டு. கார்மழைக்காலம். சித்திரையின் உக்கிரக் கோடை. சேது குடியானவர்களின் எட்டுக்கூட்ட குலதெய்வ காணிக்கோவிலின் திருப்பணியில் ஈடுபட்டிருந்தான். நெல் வயல் சூழ நடுமத்தியில் கோவில். முற்றிய கோடைச்சம்பா கதிரின் நெல் மணம். அம்மனின் மூலத்திருமேனியை வடிக்கும் துவக்ககட்ட வேலைகள் நடந்தன. அந்தச் சிறுவன் வந்து நின்று சேதுவைக் கூப்பிட்டான். தடத்தில் பெரியசிற்பியின் குதிரைவண்டி நின்றிருந்தது.

"அப்பாவுக்கு உடம்பு முடியல... கடேசியா உங்களை ஒருமுறை பார்க்கனும்னாரு "

சேது காலம் தாழ்த்தாமல் குதிரைவண்டியில் போய் ஏறி அமர்ந்தான். மறுபடியும் ஒருமுறை வேப்ப மரங்கள் அடர்ந்த மண்பாதையில் பயணம். வேம்பின் உதிர்ந்த சருகுகள் பாதையெங்கும் பரவிக் கிடந்தன. வீட்டின் உள் அங்கணக் கட்டிலில் பெரியசிற்பி படுத்திருந்தார். சேதுவைக் கண்டதும் தட்டுத்தடுமாறி எழுந்தமர்ந்தார். நாட்டிய மங்கையின் கண்களின் கீழாகக் கருவளையம் விழுந்திருந்தது.

வெகுநேரம் பெரியசிற்பி எதுவும் பேசவில்லை. கண்களில் இருந்து கண்ணீர் தாரை தாரையாக வழிந்துகொண்டேயிருந்தது. சிறுவன் கட்டிலுக்கடியில் இருந்து ஒரு கோணிப்பையை எடுத்து சேதுவிடம் நீட்டினான். சேது வாங்கிக்கொள்ளவில்லை. பெரியசிற்பி சேதுவின் விரல்களைப் பற்றினார். குரல் நடுங்கியது.

"இது என் ஆயுள் பூராவும் என் அனுபவத்தில் உணர்ந்த சிற்ப சாஸ்த்திர பொக்கிஷம்... இதுல நான் நிர்மாணிக்க நெனச்ச நெறய மாதிரிக் கோவிலோட வரைபடம் இருக்கு... உங்களுக்குப் பயன்படும்... "

சேது விரலை விடுவித்துக்கொண்டு நடையைப் பார்த்து நடந்தான். பெரியசிற்பி தழுதழுத்த குரலில் சொன்னார்.

"இதைத் தேடி நீங்க வரவேண்டிய காலம் வரும்... "

அன்றைய அகாலத்திலேயே ஆள் வந்துவிட்டது. சாரதாவின் தாய் அங்கு யாரையும் போகவிடவில்லை. பெரியவேணாடுடையாரும் ஊர்ப்பிரமுகர்களும் வந்து சவத்தை இங்கு எடுத்து வருவதற்குக் கேட்டனர். சாரதாவின் தாய் மறுத்துவிட்டாள். பெரியவேணாடுடையார் சமாதானப்படுத்த முயன்றார்.

"அவர் எவ்வளவு பெரியசிற்பி... தன்னோட எடத்துல இறுதிக் காரியம் நடக்குறதுதானே நியாயம்."

"பெரியசிற்பியா இருந்தாலும் வெப்பாட்டி வீட்டுக்குப் போனவனுக்கு இதுதான் கதின்னு ஊர் உலகம் புரிஞ்சுக்கட்டும். என்ன யாரும் தொல்ல பண்ணாதீங்க..."

அன்றிரவு சேது வீட்டுக்குப் போனபோது சாரதாவின் தாய் தாலிக்கொடி இல்லாமல் வெள்ளைப் புடவை உடுத்தியிருந்தாள்.

6

சித்தார்த்தி வருஷத்தின் வெயில் அனலாகத் தகித்தது. பத்தாண்டு களுக்குப் பின்பு திரும்பவும் வேப்ப மரத்து மண்பாதையில் குதிரைவண்டி போய்க்கொண்டிருந்தது. இருபுறமும் பருத்திக் காட்டுக்குப் பதிலாகப் புகையிலைக் காடுகள். செடியில் சிம்பு ஒடித்துக்கொண்டிருந்த ஆட்கள் குதிரைவண்டியை நிமிர்ந்து பார்த்தனர். வீதிச் சந்துகளின் தினுசு மாறிப்போயிருந்தது. நாய்கள் குரைத்தபடி எதிர்வந்தன. நாட்டிய மங்கையின் வீடு பூட்டிக்கிடந்தது. வெளித்திண்ணையில் வெள்ளாட்டுக் குட்டிகள் குதித்து விளையாடிக்கொண்டிருந்தன. புழுக்கை வாசம் வீசும் திண்ணையின் மீதே சேதுவும் உட்கார்ந்தான். அந்தி ஒளி மங்கியும் எவரும் வரவில்லை. சேது வீதியில் நீர்க்குடம் சுமந்து வந்த பெண்ணிடம் விசாரித்தான்.

"ஆரு நாகேந்திரனையா கேக்குறீங்க...? அவன் எங்காச்சும் தேசாந்திரம் போயிருப்பான்... எப்ப வருவான்னு சொல்ல முடியாது. வந்தாத்தான் நெசம்... "

அதற்கு அடுத்த நாள் பின்னிரவில்தான் நாகேந்திரனைப் பிடிக்க முடிந்தது. வீட்டுக்குள் மின்சார விளக்கு இல்லை. இருளுக்குள் கூட்டிப்போய் சிம்னி விளக்கேற்றினான். அரும்பு மீசையில் வெறுமை படர்ந்த கண்களுடன் இருந்தான்.

“எனக்கு பெரியசிற்பியோட சிற்ப சாஸ்திரக் கோணிப்பை வேணும்…”

நாகேந்திரன் நெடுநேரம் பதிலே பேசவில்லை.

“உனக்கு விருப்பமில்லைனா இங்கேயே கூட படிச்சிட்டு தந்தர்றேன்”

அதற்கும் நாகேந்திரன் எதுவும் கூறாமல் இருந்தான்.

“நா இப்போ இக்கட்டான நிலைமையில இருக்கேன்… எனக்கு அந்தப் பொக்கிஷம் தேவை ”

நாகேந்திரன் கடகடவெனச் சிரித்தான்.

“அந்தக் கோணிப்பையை அப்பாவோட சிதையில போட்டு எரிச் சுட்டேன் ”

மீண்டும் இருவருக்குமிடையே நெடிய மௌனம் கடந்தது. சேது எழுந்தான். நாகேந்திரன் மெதுவான குரலில் பேசினான்.

“ஆனா அதுல இருக்குற எல்லாமே எனக்கு அத்துப்படி… என்ன கூட்டிட்டு போங்க. நான் வேண்ணா உங்களோட அந்தப் பிரச்சனையைத் தீர்க்க முடிமானு பாக்குறேன்…”

மறுநாள் காலை வெயில் ஏறிக்கொண்டிருந்தது. கல்லுளித்தச்சர்கள், சுதைச்சிற்பிகள், கோபுரம் வேலை செய்யும் ஆட்கள் என எல்லோருக் குமே சேது விடுமுறை விட்டிருந்தான். நாகேந்திரன் யாருமற்றுக் கிடந்த கோவிலை நான்கைந்து முறை சுற்றிச்சுற்றி வந்து ஏதேதோ கணக்கிட்டான்.

“கோவில முழுசா மாத்திக் கட்டனும்… பெரியவேணாடுடையார் கட்ட நெனச்ச கோவில் இது இல்ல… நீங்க என்ன நம்புனா இன்னைக்கே வேலைய ஆரம்பிக்கலாம் ”

சேது சரியென்று தலையசைத்தான். அதன்பின்பு நாகேந்திரனின் யோசனைகள் ஒவ்வொன்றும் சேதுவைத் திகைப்பில் ஆழ்த்தும்படியே இருந்தன. நாகேந்திரன் மனம்போன போக்கில் ஏதேதோ கூறி நிறைவேற்றச் சொன்னான். சேதுவும் அவன் வாக்குக்கு கட்டுண்டது போல எல்லாவற்றையும் உடனே நிறைவேற்றத் தொடங்கினான். கல்லுளித்தச்சர்கள் எல்லாம் சேதுவுக்கு ஏதோ ஆகிவிட்டதென்று காதுபடவே பேசினர்.

கோவில் வேலை முடிவுறும் தருவாயில் ஓர் அந்தியில் நாகேந்திரன் சேதுவை வனத்துக்குள் கூட்டிப்போனான். நரிகள் சென்ற தடம்.

வால் முடிகள் உதிர்ந்து கிடந்தன. வழியெங்கும் வால் காக்கைகள் கத்தின. சித்தர் தவக்குகைப் பக்கம் சென்றதும் அங்கு ஓரிடத்தில் எட்டி மரத்தைச் சுற்றி ஆவார மிளாரால் வட்டமிட்டான்.

"இங்கு ஒரு கேணி தோண்ட சொல்லுங்க... "

சேது நாகேந்திரன் வட்டமிட்ட நிலத்து மண்ணின் நிறத்தைக் கண்டு திடுக்கிட்டான். மண் ரத்தச்சிவப்பாக இருந்தது.

"இங்கு எது செஞ்சாலும் வாழ்நாள் முழுதும் கஷ்டம்... கட்டிடம் நாசமாகும்... நீ இதை போய் தேர்ந்தெடுத்திருக்கே... "

நாகேந்திரன் எதுவும் பேசாமல் சேதுவை முறைப்பது போல் பார்த்தான். சேது கீழே குனிந்து மண்ணை அள்ளி வாயில் போட்டுச் சுவைத்தான். துவர்ப்புச் சுவை. பின் மண்ணை முகர்ந்து பார்த்தான். தயிர் வாடை.

"என்னப்பா சாஸ்திரத்துக்கு எதிரா இருக்கு... இங்க போய் கேணி தோண்ட சொல்றே... "

நாகேந்திரன் அமைதியாக வனத்துக்குள் இறங்கி மேலும் நடந்தான். சேது வேறு வழியில்லாமல் பின்தொடர்ந்தான்.

"இங்க கேணி தோண்டுனா பதினாறு அடியில் இருந்து மரகதப் பச்சை நிறக்கல்லும் சிவந்த ரேகை உள்ள கருங்கல்லும் கெடைக்கும்... இதில்தான் இந்தச் சன்னதிக்கு மூலவர் திருமேனி செதுக்க வேண்டும்..."

விரைவில் மலைக்கோவில் வேலை பூர்த்தியாயிற்று. நாகேந்திரன் சொற்படி சேது செதுக்கிய சிலைகள் தெய்வீக ஒளிபரப்பி நின்றன. பெரியவேணாடுடையார் கோவிலைக் கண்டு ஆச்சர்யப்பட்டுப் போனார். திடீரென நாகேந்திரனை மட்டும் காணவில்லை. அவனின் கிராமத்து வீட்டுக்குச் சென்று பார்த்தபோது வீடு பூட்டியே கிடந்தது. பன்னிரண்டு வருஷம் கழித்து இரண்டாம் கும்பாபிஷேகத்தின் போதும் நாகேந்திரனைக் கண்டுபிடிக்க முடியவில்லை. கிராமத்து வீடு முற்றிலும் சிதிலமாகிப் போயிருந்தது. பகலிலேயே கூரை மீது கொம்பன் ஆந்தைகள் உட்கார்ந்து அலறின. விட்டத்தில் தொங்கிய தோக்குருவிகளின் மெல்லொலிகள் சதா கேட்டன. மூன்றாம் கும்பாபிஷேகம் நடந்தது. மலைக்கோவில் பிரசித்தி பெற்றது. காவடிக்காரர்களாலும் பௌர்ணமி கிரிவல பக்தர்களாலும் கோவில் எந்நேரமும் ஜனத்திரள் சூழவே காணப்பட்டது.

கடந்த வாரம் வெள்ளிக் கிழமை நான்காவது கும்பாபிஷேகத்துக்கு முன்னான ஏற்பாடுகளைப் பார்வையிட சேதுசிற்பி மலைக்கோவிலுக்கு

வந்தார். வேலை முடிந்ததும் சின்னவேணாடுடையாருடன் வனத்துக்குள் சித்தர் தவக்குகை வரை நடந்தார். வெயில் நேரம். நீலமயில்கள் அகவின. எட்டிமரk கிணற்றடியில் கல் அடுப்பு கூட்டி யாரோ ஒருவர் பித்தளை வட்டையில் பருப்பஞ்சோறு சமைத்துக்கொண்டிருந்தார். தீயின் ஜுவாலையினால் நெற்றியில் வழிந்த வியர்வையைத் துடைக்கத் திரும்பிய அந்த ஆளின் முகத்தைப் பார்த்தபோது சேதுசிற்பி ஒருகணம் திகைத்துப்போனார். கறுத்த நீண்ட தாடி, சடைமுடிக்கற்றை, அலைவுறாத கண்கள். சேதுசிற்பி அந்த ஆளை உற்றுப்பார்ப்பதைக் கண்டு சின்னவேணாடுடையார் பேசினார்.

"இவரு பேசாச்சாமி... வெள்ளிக் கிழம இந்தச் சித்தருக்கு விஷேசம்... நெறய பேரு மலையேறி வருவாங்க... பசியோட வனத்துக்குள்ள வர்றவஙளுக்கு இந்தச் சாமி சோறாக்கி போடுவாரு... சாப்பிடறவங்க பிரியப்பட்டத போடுவாங்க... அந்தப் பணத்த அடுத்தவார பருப்பஞ்சோத்துக்கு வச்சுக்குவாரு. யார்கிட்டயும் எதுவும் கேக்க மாட்டாரு... சாமி யாரு என்னனு எல்லாம் யாருக்கும் தெரியாது. அவரு பேசவும் மாட்டாரு... நாம வலிய போயி பேசுனா அவரு உடம்பையே அவரு காயப்படுத்திக்குவாரு..."

சேதுசிற்பி கல் அடுப்பின் அருகில் போய் நின்றார்.

"என்னை தெரியுதா...?"

பேசாச்சாமி நிமிர்ந்து பார்த்துவிட்டு அடுப்பில் விறகைத் திணிப்பதில் மும்முரமானார். அதற்குள் சின்னவேணாடுடையார் ஓடிவந்தார்.

"சாமிய தொந்தரவு பண்ணாதீங்க..."

சின்னவேணாடுடையார் சேதுசிற்பியைப் பிடித்து இழுத்துக் கொண்டு வந்துவிட்டார். அடுத்த வெள்ளிக் கிழமை போன போதும் சாமி பேசவில்லை. சேதுசிற்பியைத் தெரிந்ததாகவே காட்டிக்கொள்ள வில்லை.

7

நடுவனாந்திரம். அலாதி தனிமை. பொழுது கிளம்புவதற்கு முன்னான ஊமை வெளிச்சம். காட்டு மல்லிகையின் நறுமணம் பரப்பும் தென்காற்று. மரக்கிளைகளைப் பிடித்து உட்கார்ந்திருந்த குரங்குகள் தலையைத் திருப்பிப் பார்த்தன. இறக்கத்தில் காட்டுக் கிழங்கை அகழ்ந்து தின்னும் காட்டுப் பன்றிகள் மேய்ந்துகொண்டிருந்தன.

எட்டிமரத்துக் கிணற்றடிக் கல் அடுப்பில் அன்று கண்டது போலவே விறகு எரிந்து கொண்டிருந்தது. பித்தளை வட்டையில் பருப்பஞ்சோறு கொதித்துக்கொண்டிருந்தது. ஜுவாலையின் சூட்டில் வியர்வை முகத்துடன் பேசாச்சாமி அடுப்போரம் உட்கார்ந்திருந்தார். சேதுசிற்பி எதிரில் போய் நின்றார்.

“நாகேந்திரா… எங்கிட்ட ஏன் நடிக்கிறே…?”

பேசாச்சாமி ஏறிட்டும் பார்க்கவில்லை.

“எதுக்கு இந்த வேஷம்…?”

பேசாச்சாமி சட்டென எழுந்து நின்று மீசையோரத்தை ஒதுக்கினார்.

“இது வேஷமில்ல. நிஜம்”

“அப்ப என்ன வேஷமின்னு சொல்லறியா…?”

பேசாச்சாமி கடகடவெனச் சிரித்தார்.

“நீ முழுக்க முழுக்க ஆணவத்தால் ஆனவன்… நான் அமைதியால் ஆனவன்… உனக்கு இறைவன்னு நினைப்பு… எனக்கு இயற்கையின்னு நினைப்பு… ”

“என்னோட ஆணவத்தை அழிக்கத்தான் இப்ப இங்க வந்திருக்கேன்…”

பேசாச்சாமி மீண்டும் சப்தமாகச் சிரித்தார்.

“நீயா…? ஆணவத்தையா…? ”

“ஆமாம்… இந்த மலைக்கோவில நிர்மாணிச்ச உண்மையான சிற்பி நீ… ஆனா மரியாதை புகழ் எல்லாம் எனக்கு… இந்தக் கும்பாபிஷேக விழாவுல உண்மைய சொல்லப் போகிறேன்… ”

“சொல்லிக்க… அதனால எனக்கு என்ன பிரயோசனம்…? ”

“பெரியசிற்பிக்கு செய்யற பிராயசித்தம்… ”

பேசாச்சாமியின் முகபாவனை மாறியது.

“ஏற்கனவே நீ பிராயசித்தம் செஞ்சிட்ட…”

சேதுசிற்பி புரியாமல் பேசாச்சாமியைப் பார்த்தார்.

“நான் ஒரு சிற்பியே அல்லன்… உன்ன வளர்த்து ஆளாக்கின எங்கப்பாவ விசுவாசமில்லாமல் அவமானப்படுத்திய உன்னைப் பழிவாங்கனுமினு காத்திருந்தேன். அப்பத்தான் நீயாக வந்து அப்பாவோட கோணிப்பைய கேட்டே… நான் எரிச்சுட்டதா பொய் சொன்னேன். உன் கோவில கெடுக்கணும்னு நானே கிளம்பி வந்தேன்… நானும் மனம் போன போக்கில உன்னை மலைக்கோவில கட்டவச்சேன்… என்னோட திட்டப்படி நீ கோவிலைக்

கட்டத்தெரியாதவனா அவமானப்பட்டு நிக்கனும்... ஆனா... ஆகம விதிப்படி ஒரு அற்புதமான கோவிலா மாறுச்சு... நான் குழம்பிப் போனேன்... வீட்டுக்குப் போயி கோணிப்பைய பிரிச்சுப் பாத்தேன். மானசாரம் போன்ற சிற்ப சாஸ்திரப் புத்தகங்களுக்கிடையே அப்பா தன் கைப்பட வரைஞ்சு வச்சிருந்த ஒரு மலைக்கோவிலோட படம் இருந்துச்சு... அது நாம கட்டின அச்சு அசலான மலைக்கோவிலோட படம்..."

சேதுசிற்பி பதில் பேச முடியாமல் உறைந்து போய் பேசாச்சாமியை வெறித்துக்கொண்டு நின்றார்.

"உனக்கு நம்பிக்கை வரலையினா அப்பாவோட கோணிப்பையை சித்தர் தவக்குகைக்குள்ள வச்சிருக்கேன். போய் எடுத்துப் பாரு..."

சேதுசிற்பி அவசரமாகச் சித்தர் தவக்குகையை நோக்கி நடந்தார். பேசாச்சாமி புன்னகைத்தப்படி அதே இடத்தில் நின்று பார்த்துக் கொண்டிருந்தார். சேதுசிற்பி பாறையிடுக்கின் பொந்துக்குள் கீழாக இறங்கினார். அகல் சுடரொளியில் குகையின் தரை. மேற்கு மூலை கல் சுவரோரம் பெரியசிற்பியின் கோணிப்பை இருந்தது. பதற்றத் துடன் அவிழ்த்துப் பிரித்தார். பேசாச்சாமி சொன்னது போலவே மலைக்கோவிலின் வரைபடம் பெரியசிற்பியின் கையெழுத்திலேயே இருந்தது. பதற்றம் தணியாமல் பொந்தில் மேலேறி வந்தார். எட்டிமரக் கிணற்றடியில் பேசாச்சாமியைக் காணவில்லை. கல் அடுப்பில் விறகு எரியவில்லை. சற்று நேரத்துக்கு முன்பு ஆள் இருந்ததற்கான எவ்விதச் சுவடும் அங்கில்லை. சேதுசிற்பி கோணிப்பையை சுமந்துகொண்டு பிரமை பிடித்தவர் போலச் சப்தமிட்டார்.

"நாகேந்திரா... நாகேந்திரா... "

குகைப்பாறைகள் எதிரொலித்தன. சேதுசிற்பி வனத்துக்குள் இறங்கித் தேடத்தொடங்கினார். பேசாச்சாமி தென்படவேயில்லை. வனம் சேதுசிற்பியை உள்வாங்கிக்கொண்டது.

- காலச்சுவடு, ஆகஸ்டு 2016

கல் சிலம்பம்

செல்லீயக் கோனார் கூட்டாற்று முனைக்கு வந்து சேர்ந்தபோது எங்கும் மூடுபனி கவிந்து கிடந்தது. விடிவதற்கு இன்னும் வெகு நேரம் இருந்தது. நீரோட்டத்தின் சலசலப்பு, கூடிவருவது போலக் கேட்டது. மேற்கில் இருந்து கெண்டைக்கால் அளவு நீரோடு வரும் உப்பாறு, தெற்கில் இருந்து இடுப்பு அளவு நீரோடு வரும் அமராவதியுடன் கலக்கும் கூடுதுறை இது. இவர் கைத்தடியை ஈரமண்ணில் ஊன்றிவிட்டு, ஆற்று நீரில் கால் வைத்தார். நீர் குளிர்ந்து கிடந்தது. சிப்பிலி மீன்கள் கலைந்து ஓடின. நீரை அள்ளி முகத்தில் அடித்தார். உள் ஒடுங்கிய கண்களில் கட்டியிருந்த பீழையைத் தேய்த்துக் கழுவினார். நீண்ட வெள்ளைத்தாடியில் நீர் சொட்டிட்டது. பஞ்சுத் திரி போன்ற கேசங்களை ஈரக்கையால் கோதி, ஒழுங்கு செய்தார்.

ஆற்றுப் பரப்பைத் தாண்டி அக்கரையை நோக்கினார். அக்கரை இன்னும் நன்றாகப் புலப்படவில்லை. தோப்பு வயலில் தென்னைகள் கரிய உருவம்போல அசைந்தன. நட்டாற்றுப் பாறை ஆயமரமும் தென்படவில்லை. பொழுது கிளம்பட்டும் எனத் திரும்பி வந்து பாறை மீது அமர்ந்தார்.

செல்லீயக் கோனார், இந்த ஊரைவிட்டுப் போய் 50 வருடங்கள் கடந்துவிட்டன. ஆனாலும், ஊரைவிட்டுப் போவதற்குக் காரணமான ஒரு சம்பவம், இந்த 50 வருடங்களாகப் பெரும் மனவேதனையையும் குற்ற உணர்வையும் கொடுத்துக்கொண்டே இருந்தது. புரிந்த பாவத்தை எந்த வழியிலேனும் தீர்ப்பது என்று திரும்பி வந்திருக்கிறார்.

அப்போது செல்லீயனுக்குப் 16 வயது இருக்கும். திண்ணைப் பள்ளிக்கூடப் படிப்பை முடித்துவிட்டு ஊரைச் சுற்றிக்கொண்டு திரிந்த காலம். தினமும் தூங்கி எழுந்ததும் பாலக்கரையில் இருந்து நேராகக் காவிரிக்கரை போய்விடுவான். வடகரை ஊரில்இருந்து

சேக்காளிப் பசங்கள் ஏற்கெனவே வந்து காத்திருப்பார்கள். பொழுது இறங்கும்வரை கபடி ஆட்டம்தான். போட்டிக்கு ஊர் ஊராகப் போவார்கள். சுற்றுவெளியில் செல்லீயனின் அணியை அடிக்க எவரும் இல்லை.

ஒரு பங்குனி மாதம். புதன்கிழமை. ஆற்று மத்தியில் மட்டும் கொஞ்சமாக நீர் ஓடிக்கொண்டிருந்தது. மீதமெல்லாம் மணல்வெளி. ஸ்ரீரங்கத்தில் இருந்து சிலம்ப வாத்தியார் கபடி அணி ஒன்றைக் கூட்டி வந்தார். எல்லோரும், இவர்களைவிடச் சிறியவர்கள். இவர்கள் ஏளனமாகப் பார்த்தனர்.

மணலில் வெயில் ஏறி சூடு பரவுவதற்குள் ஆட்டத்தை முடித்தாக வேண்டும். கோடுகள் தீட்டியதும் இரு அணியினரும் எதிரெதிராகத் தயாராயினர். சிலம்ப வாத்தியார் நுழைந்து வந்த குழுவில் ஒருவன் கோட்டைத் தொட்டு வணங்கிப் புறப்பட்டான்.

“கபடி... கபடி... கபடி...''

செல்லீயன் கோஷ்டியினர் அவனைச் சுற்றி வளைத்துப் பிடிக்க எவ்வளவோ பிரயத்தனப்பட்டனர். அவன் லாவகமாக மூன்று பேரை அடித்துவிட்டுத் தப்பினான். இங்கிருந்து செல்லீயன் புறப்பட்டான்.

“கபடி... கபடி... கபடி...''

அவர்கள், கோட்டின் ஓரம் ஒடுங்கி செல்லீயன் விளையாட வழிவிட்டனர். ஐந்து நிமிடங்களுக்கு மேல் இந்த முனைக்கும் அந்த முனைக்கும் ஆடிப்பார்த்தான். அவர்களிடம், எந்த அசைவும் இல்லை; பதற்றமும் இல்லை. புலி பதுங்குவது பாய... தான் ஒரு பலியாடாக அகப்படப் போகிறோம் எனத் தோன்றிய கணம் திரும்பிவிடத் தீர்மானித்தான்.

கால்களின் ஊன்றுதலை மாற்றி உடம்பை எதிர்த்திசையில் திரும்பினான். அந்தக் கணம் செல்லீயனின் வலது காலை யாரோ வாரினார்கள். நிலை தடுமாறி விழுந்தான். அதன் பின்பு எழ முடியவில்லை. அழுத்தமான பிடிப்புகள், நடுக்கோடு, ஐந்தாறு தப்படிகள் தாண்டித் தெரிந்தது.

“கபடி.... கபட்.... கப...'' செல்லீயனுக்கு முனகல் அடங்கியது. இங்கிருந்து போனவன் எவனும் கோட்டைத் தாண்டித் திரும்பி வரவில்லை. அங்கிருந்து வந்தவர்கள் எவரையும் இவர்களால் பிடிக்க முடியவில்லை.

அடுத்த சுற்றுக்கு முன்பான இடைவெளியில் இவர்கள் எல்லோர் முகங்களும் இறுகிக் கிடந்தன. 'தோற்றுவிடுவோம்' எனப் புலம்பினர். செல்லீயன் யோசித்தான். கோரை மீது அமர்ந்தபடி சிலம்ப வாத்தியார் அந்தப் பசங்களுக்கு ஏதோ யோசனை கூறி அனுப்பிவைத்தார்.

எல்லை மாறினார்; சுற்று ஆரம்பித்தது. போன சுற்றில் முதலில் ஆடிவந்த பையனே இந்த முறையும் வந்தான்.

"கபடி... கபடி... கபடி..."

எல்லோரும் வட்டமிட்டு அவனைச் சூழ முயன்றார்கள். ஆனால், அவன் பாதம் லாகவமாக இயங்கியது. நெருங்கினால் பிடி நழுவிவிடும் எனத் தெரிந்தது. செல்லீயன் மட்டும் சட்டென்று முன்னே பாய்ந்தான். அவன் கெண்டைக்காலை வார குனியும் சாக்கில் வலது கையில் குத்தாக மணலை அள்ளிக் கொண்டான். அவன் பாதத்தைப் பின்னே இழுத்து மறுமுனைக்கு நகர முயன்றான். செல்லீயன் எதேச்சையாக நடந்ததுபோலக் கை மணலை அவன் முகத்தில் எறிந்தான்.

அவன் தடுமாறினான். புறங்கையால் கண்களைத் தேய்த்தான். செல்லீயன் விரைவாக எழுந்து அவன் காலைப் பிடித்து உள்ளே இழுத்துப்போட்டான். அவன் எழுந்து நீரில் கண்களை அலம்பப் போனான். யாருக்கும் சந்தேகம் இல்லை. அடுத்து செல்லீயன் நடுக்கோடு தாண்டி நுழைந்தான். அவர்கள் முன்புபோலவே பதுங்கினார்கள்.

"கபடி... கபடி... கபடி..."

செல்லீயன் தொடையைத் தட்டிக்கொண்டு பயம் இன்றி நெருங்கினான். அவர்கள் சூழ எத்தனிக்கும் போது, செல்லீயன் படு விரைவாகக் கால்களால் மணலை விசிறினான். பிடிக்க முன்னேறிய அவர்கள் செல்லீயனைப் பிடிக்காமல் விட்டுவிட்டுப் பின்வாங்கினார்கள்.

செல்லீயன் தெனாவெட்டாக ஆடினான். மறுபடியும் அவர்கள் செல்லீயனைப் பிடிக்க முன்னே வந்தார்கள். செல்லீயன் இந்த முறையும் கால்களால் மணலை விசிறத் தொடங்கினான். மணல் துகள்கள் சிதறி அவர்கள் கலைந்தார்கள். செல்லீயன் வெற்றிப் புன்னகையுடன் திரும்பி நடுக்கோட்டுக்குத் தாவினான்.

அந்தச் சமயத்தில் எங்கிருந்தோ ஒரு மூங்கில் கழி பாய்ந்து வந்து நடுக்கோட்டின் மேல் ஊன்றி நிமிர்ந்து நின்றது. செல்லீயன் திடுக் கிட்டுப்போனான். சிலம்ப வாத்தியார் கோரையில் இருந்து எழுந்து வந்தார்.

"ஆருடா சொல்லிக் குடுத்தது வெளையாட்டுல ஏமாத்தறத...? எங்க பசங்க உங்களை பெரிய ஆதர்சமா நெனைக்கிறாங்க... நீங்க எல்லாம் பெரிய வீரங்கனு... உங்களை எதிர்த்து வெளையாடவே பயந்தாங்க... நான்தான் உங்களோட வெளையாண்டா ஆட்ட நுணுக்கங்களைக் கத்துக்கலாமுன்னு சமாதானப்படுத்திக் கூட்டி வந்தேன். ஆனா, நீங்க அப்படி நடந்துக்கலை. பெருந்தன்மையும் இல்லை. வெளையாட்டுல தோக்கறது சகஜம்.. ஆனா, அதை ஏத்துக்கணும். அதுதான் நியதி; தர்மம். முடியலையினா குறுக்கு வழியில் எறங்கக் கூடாது... ஏமாத்தக் கூடாது!"

"நாங்க ஒண்ணும் ஏமாத்தலை!"

"எனக்குப் பொய் சொன்னாப் புடிக்காது."

"யாரும் பொய் சொல்லல... உங்களுக்குத்தான் தோத்துப் போவோமுன்னு பயம் வந்திருச்சு."

சிலம்ப வாத்தியார், செல்லீயன் கையை எட்டிப் பிடித்தார். கண்ணிமைக்கும் நேரத்தில் செல்லீயன் சுழன்று அந்தப் பசங்களின் காலடியில் போய் விழுந்தான். சிலம்ப வாத்தியார், மூங்கில் கழியைப் பிடித்தபடிக் கிட்டத்தில் வந்தார்.

"நீ சின்னப் பையன்... அதனாலதான் உதைக்காம விடறேன்... ஓடிப்போயிடு."

அன்றிரவு மூன்றாம் சாமம் கடந்த பின்பும் செல்லீயனுக்கு உறக்கமே வரவில்லை. சிலம்ப வாத்தியார் அத்தனை பேர் முன்னிலையில் பிடித்துச் சுழற்றிவிட்டது திரும்பத் திரும்ப ஞாபகத்தில் எழுந்தபடியே இருந்தது. பெரிதாக அவமானப்பட்டுவிட்டதாக உணர்ந்தான். கிழக்கே உதயரேகை படர்ந்தது.

ஸ்ரீரங்கம் சென்று சிலம்ப வாத்தியாரைக் கண்காணித்தான். சிலம்ப வாத்தியார் ரெங்கநாதர் கோயிலில் நுழைந்து தன்வந்தரி பகவானைத் தரிசித்துவிட்டு வெளியே வந்தார். அங்கிருந்து ஆற்றங்கரையை அடைந்தார். சிலம்பப் பயிற்சிக் கூடத்துக்கு இருமருங்கிலும் நாணல் போத்திய வழியில் இறங்கினார்.

ஆள் நடமாட்டம் இல்லாத தனிமை. செல்லீயன் இந்த நாணல் வழியைத் தேர்ந்தெடுத்துக்கொண்டான். புதருக்குள் வீச்சரிவாளோடு பதுங்கிக்கொண்டான். ஒவ்வோர் அரவத்தையும் உற்றுக் கேட்டபடியே இருந்தான். பொழுது உச்சிக்குப் போய்விட்ட வேளையில் சிலம்ப

வாத்தியார் திரும்பி வந்தார். கூட யாருமே இல்லை. அவர் நெருங்கியதும் செல்லீயன் வீச்சரிவாளோடு முன்னே தோன்றினான். அவருக்கும் செல்லீயனுக்கும் இடையே 10 அடி தூரமே இருந்தது. திரும்பி ஓடினாலும் ஆறு போய்s சேருவதற்குள் துரத்திப் பிடித்து வெட்டிச் சாய்த்துவிடலாம். செல்லீயன், முதல் வெட்டை எங்கு வெட்டுவது எனக் கணித்தபடி நின்றான். சிலம்ப வாத்தியார் கடகடவெனச் சிரித்தார்.

"நீ இந்த உலகத்துல நிறைய கத்துக்க வேண்டியது இருக்கு. வா... வந்து என்னை வெட்டு பார்க்கலாம்.''

செல்லீயன், முன்னே எட்டு வைத்தான். ஆற்றுவெளி எங்கும் படுநிசப்தமாக இருந்தது. காற்று அடங்கி நாணல்கள்கூட அசைவின்றிக் கிடந்தன. இன்னும் ஐந்தடி தூரம்தான் பாக்கி. சிலம்ப வாத்தியார் நகராமல் கம்பீரமாக நின்றிருந்தார். செல்லீயன் எம்பிக் குதித்து முதல் வெட்டை உச்சந்தலையில் இறக்க வேண்டும் எனத் திட்டமிட்டபடி மேலும் ஓர் எட்டு முன்னே வைத்தான்.

சிலம்ப வாத்தியார் சட்டெனக் கீழே குனிந்து, இரண்டு கற்களைப் பொறுக்கினார். எலுமிச்சம் பழத்தைவிடச் சற்றுப் பெரிய கற்கள். இரண்டையும் ஒரே நேரத்தில் மேலே தூக்கிப் போட்டார். கற்கள் கீழே வந்தன. தன்னுடைய முழங்கையால் கற்களைத் தாங்கி மேலே தட்ட ஆரம்பித்தார். சிலம்ப வாத்தியாரின் இரண்டு தோள்பட்டைகள் மட்டுமே குலுங்கின. கற்கள் இரண்டும் ஒரே நேரத்தில் அந்தரத்தில் போய்க் கீழே வந்து மறுபடியும் மேலே போகின்றன. முழங்கை எலும்புகளோடு கற்கள் மோதும் சத்தம் விட்டுவிட்டுக் கேட்கிறது.

செல்லீயனுக்குப் புரிந்து விட்டது. இதில் ஏதோ வித்தை இருக்கிறது. கற்களைப் பார்க்கப் பார்க்க கண்கள் கிறங்கச் செய்தன. சிலம்ப வாத்தியார் சத்தமாகப் பேசினார்.

"இப்போ... இடது முழங்கைக் கல் உன் முட்டியைப் பேக்கும்; வலது பக்க முழங்கைக் கல் உன் மூளையைச் சிதறடிக்கும்.... பாக்கிறியா?''

செல்லீயன் வீச்சரிவாளை நாணலுக்குள் வீசினான். நெடுஞ்சாண் கிடையாகச் சிலம்ப வாத்தியார் காலில் விழுந்தான்.

"இது கல் சிலம்பம். கத்துக்கிட்டவனுக்கு எதிரி பயம் கிடையாது...!''

"அப்போ.. எனக்கு இதைக் கத்துக்குடுப்பீங்களா?'' சிலம்ப வாத்தியார் இடது பக்கக் கல்லை அப்படியே முழங்கையில் விசையோடு தட்டினார். நாணல் ஒன்று முறிந்து விழுந்தது. வலது பக்கக் கல் நாணலுக்குள் கிடந்த வீச்சரிவாளில் பட்டுக் கணீரென்று சத்தம் கேட்டது.

செல்லீயன், எழுந்து சிலம்ப வாத்தியாரின் முழங்கையைப் பார்த்தான். சிறு சிராய்ப்பு, காயம் எதுவும் இல்லாமல் எப்போதும் போலவே இருந்தன.

"இதுல முழங்கைதான் சிலம்பக் கோல்..."

அதன் பிறகு நான்கு வருடங்கள் செல்லீயன் சிலம்ப வாத்தி யாருடனே இருந்தான். சிலம்ப ஆட்டத்தின் எல்லா நுட்பங்களையும் படிநிலைகளையும் கற்றுத் தேர்ந்தான். கடைசியாக, கல் சிலம்பத்தையும் கற்றுக் கொடுத்தார். ஓர் அமாவாசை தினத்தில் சிலம்ப வாத்தியார் தன் சிலம்பக் கூடத்தைச் செல்லீயனிடம் ஒப்படைத்துவிட்டு இப்படிச் சொன்னார்.

"கல் சிலம்பை மட்டும் அவசரப்பட்டு யாருக்கும் கத்துக் குடுத்துறாதே... காலம் வரணும்; அதுக்கான ஆளும் வரணும்.''

சிலம்ப வாத்தியார் மெட்ராஸ் போய்விட்டார். தியாகராஜ பாகவதரைப் பிடித்து சினிமாவில் நடிக்க முயல்வதாகக் கடிதம் எழுதினார். ஒரே ஒரு புராணப் படத்தில் வாயிற்காவலனாகத் தலைகாட்டியதைச் செல்லீயன் பார்த்தான். அப்புறம் தொடர்பு விட்டுப் போய்விட்டது!

அந்தத் தாரண வருஷத்தில் கடுமையான மழை பெய்வது ஒரு நாளும் ஓயவில்லை. அக்கா ஆவுடையாச்சியை, மேற்கே 150 மைலுக்கு அப்பால் நல்லிமடத்துக்குக் கட்டிக் கொடுத்தார்கள். மாப்பிள்ளை கிருஷ்ணசாமி கோனார், மளிகைக்கடை வைத்திருந்தார். மாட்டு வண்டியில் சீதனத்தோடு செல்லீயனைத் துணைக்கு அனுப்பினார்கள். வண்டி, அடைமழையிலேயே போய் ஆறு தினங்களுக்குப் பின் நல்லிமடத்தை அடைந்தது. அங்கு ஏற்கெனவே விஷக்காய்ச்சல் பரவியிருந்தது. மூன்று தினங்களில் கிருஷ்ணசாமி கோனார் இறந்து போனார். ஆவுடையாச்சி, விதவைக் கோலம்பூண்டு மளிகைக் கடையைத் தொடர்ந்து நடத்த ஆரம்பித்தாள். செல்லீயன்,

திருச்சி திரும்ப முடியாமல் ஊரைச் சுற்றிக் கொண்டு வெட்டியாகப் பொழுது போக்கினான்.

இரவில் ஆற்றுக்குச் ஆரா மீனும் விலாங்கு மீனும் பிடிக்கப் போகும்போது செல்லீயனுக்கு ஊர்க்கவுண்டரின் சிநேகம் கிடைத்தது. இருவரும் சேர்ந்து சேவற்கட்டுக்கும் ரேக்ளா ரேஸூக்கும் போனார்கள். அந்தி பனங்கள், ஜெயிச்ச சேவற்கட்டின் கோச்சைக் கறி... என ஒரு ராஜகுமாரனைப் போல உபசரித்து ஊர்க்கவுண்டர் செல்லீயனை கூடவே வைத்துக் கொண்டார். பிரதிபலனாக செல்லீயன், ஊர்க் கவுண்டருக்குச் சிலம்பமும் கற்றுக்கொடுத்துவந்தான்.

நாட்கள் வேகமாக ஓடின. அன்று மழை பெய்து ஓய்ந்த ஒரு சாயங்காலம். செல்லீயன், ஊர்க்கவுண்டரோடு அமராவதியைப் பரிசலில் கடந்தான். கூட்டாற்றுமுனை தோப்புவயலைத் தாண்டியதும் ஊர்க்கவுண்டரின் வயல் கண்ணுக்கெட்டும் தூரம் வரை பரந்து கிடந்தது. நெற்பயிர்கள் புடை தள்ளியிருந்தன. தேங்கிய நீரை வடியும்படிச் செய்துகொண்டிருந்த பருவக்காரன், ஊர்க்கவுண்டரிடம் சொன்னான்.

“அய்யரு தோப்பு வயல பருவம் பாக்கற கந்தக் குடும்பனுக்கே எழுதிக் குடுக்கறதாப் பேசிக்கிறாங்க...''

ஊர்க்கவுண்டர் பதில் ஏதும் கூறவில்லை.

❖❖❖

மறுநாள் செல்லீயனையும் அழைத்துக்கொண்டு மாட்டு வண்டியில் தாராபுரம் அக்ரகாரம் சென்றார். கல்யாணராமர் கோயிலில் உச்சிகால பூஜை முடித்து லட்சுமிகாந்த அய்யர் வந்தார்.

“பழனிச்சாமி உனக்கு எவ்வளவு முறை சொன்னாலும் புரிய மாட்டேங்குது. அந்தக் குடும்பன் குடும்பம், காலம் காலமாக எங்க வயலையே நம்பி இருக்குது. இன்னிக்கு நான் பணத்துக்கு ஆசைப்பட்டு வேற ஆவருக்காச்சும் வித்தா அவுங்க எங்க போவாங்க?''

“நான் வேண்ணா அதே அளவு வயலை வேறு பக்கம் எழுதி வெக்கறேன். நீங்க எனக்குத் தோப்பைக் குடுங்க.''

“ம்ம்ம்.. அந்தத் தென்னை மரங்களும் பலா மரங்களும் மாமரங்களும் புளிய மரங்களும் அவன் நட்டு வளர்த்தது. அது அப்படியே இருக்கணுமுனு ஆசைப்படறேன்.''

அய்யர் எழுந்து கும்பிட்டார்.

❖❖❖

அன்றிரவு மாட்டுத் தொழுவத்தில் கட்டுச் சேவல்களுக்கு ராகி வைத்தபடி ஊர்க்கவுண்டர் செல்லீயனிடம் சொன்னார்.

“அய்யரு மொதல்ல தோப்புவயலைk கந்தக் குடும்பனுக்கு எழுதி வெக்கட்டும். கந்தக் குடும்பங்கிட்ட இருந்து வயலை எப்படி எழுதி வாங்கறதுனு எனக்குத் தெரியும்.’’

❖❖❖

அதன் பின்பு காரியங்கள் துரிதமாக நடந்தன. கந்தக் குடும்பரின் இளையமகன் சாராயம் காய்ச்சும் ஆட்களோடு சேர்ந்து சிறைக்குப் போய்விட்டான். பெரும் பிரயத்தனப்பட்டும் கந்தக் குடும்பரால் அவனை வெளியே கொண்டுவர முடியவில்லை. ஊர்க்கவுண்டர் அவன் மீது சுமத்தியிருந்த குற்றத்தை உடைத்து வழக்கை எதுவும் இல்லாமல் செய்தார். அவன் ஊருக்குள் வந்ததும் அவன் ‘பங்கை’ எழுதி வாங்கினார். அவன் மேலும் கொஞ்சம் பணத்தை வாங்கிக் கொண்டு, வடக்கே எங்கோ தேசாந்தரம் போய்விட்டான்.

இப்போது தோப்புவயல் பாதி, ஊர்க்கவுண்டருக்குச் சொந்தமானது. மீதியைக் கந்தக் குடும்பரும், அவரின் மூத்த மகனும் எழுதிக் கொடுக்க மறுத்து வந்தனர். ஊர்க்கவுண்டர், ஆள் வைத்து மிரட்டிப் பார்த்தார். ஆனால், அவர்கள் மசியவில்லை.

அன்று இளமதியத்தில் செல்லீயனும் ஊர்க்கவுண்டரும் அறுவடை முடிந்து குவித்திருந்த நெற்குதிர்களைப் பார்த்துவிட்டு, ஆற்றை நோக்கிக் கொழிமணல் தடத்தில் கீழிறங்கிக்கொண்டிருந்தனர். பாம்புத் தாரையோடிய வழி. எங்கும் தாழம்பூவின் வாசனை. ஆற்றைச் சமீபிக்கும் முன் கந்தக் குடும்பரும் அவரின் மூத்த மகனும் திடீரெனக் கூரிய ஈட்டியுடன் எதிர்பட்டனர். ஊர்க்கவுண்டர் பயந்து போனார். திரும்பி மேலேறித் தப்ப முடியாது. துரத்தி வந்து மடக்கிவிடுவார்கள். அந்தக் கணம் செல்லீயனுக்குச் சிலம்ப வாத்தியார் ஞாபகத்தில் வந்து போனார்.

செல்லீயன் சட்டெனக் கீழே குனிந்து இரண்டு கற்களை எடுத்து கல் சிலம்பம் ஆடத் தொடங்கினான். கூரிய ஈட்டியுடன் முன்னே பாயத் தயாரான அவர்கள் ஒரு கணம் ஸ்தம்பித்து கற்களையே பார்த்தபடி நின்றனர். கந்தக் குடும்பர் கத்தினார்.

“இவ ஜால வித்தக்காரன். உட்டினா அவ்வளவுதான். நம்மளத் தீர்த்துவிடுவான். போட்டுத் தள்ளீரு.’’

மூத்த மகன் வேகமாக முன்னே பாய்ந்தான். ஈட்டியின் கூரிய நுனியைக் கண்டதும் செல்லீயன் இடது முழங்கையால் கல்லைத் தட்டினான். மூத்த மகனின் முட்டி உடையும் சத்தம்; கதறல். தொடர்ந்து வலது முழங்கையிலும் கல்லைத் தட்டினான். மூத்த மகனின் தலையில் கல் மோதியது. ரத்தம் சொட்ட அவன் தடத்தில் சரிந்தான். கந்தக் குடும்பர் ஈட்டியை வீசிவிட்டு மகன் மீது விழுந்து கதறினார்.

நீர்பரப்புக்கு மேலாக மீன்கொத்தி நீலச்சிறகை விரித்துப் பறந்தது. அக்கரைத் தோப்புவயலில் தென்னைகள் நெடிதாக வளர்ந்திருந்தன. நட்டாற்று ஆயமரம் பட்டுப்போய்விட்டது. செல்லீயக் கோனார் தோப்பு வயலையே சிறிது நேரம் பார்த்துவிட்டு ஆற்றை ஒட்டி வடக்கு முகமாக நடந்தார். பாதம் பட்டு பனித்திவலைகள் கோரையிலிருந்து தெறித்தன. நல்ல பசி. நேராக நல்லிமடம் போய்ச் சேர்ந்தார். ஊர்க்கவுண்டர் வரவேற்று தன்னை உபசரிக்கும் பிம்பம் எழுந்தபடியே இருந்தது.

வீதிகள் அப்படியே இருந்தன. வீடுகளில் தினுசு மட்டும் மாறி யிருந்தது. நாய்கள் குரைத்த பின் மௌனமாயின. எதிர்ப்படும் எவரும் செல்லீயக் கோனாரை அடையாளம் கண்டுகொள்ளவில்லை. நடுவளவில் ஆவுடையாச்சி வீடு விழுந்து குட்டிச் சுவராகியிருந்தது. உடைந்த மண் சட்டிகள் கிடந்தன. அங்கு ஒரு கணம் நின்று வெறித்துவிட்டு மேலும் நடந்தார்.

ஊர்க்கவுண்டரின் வீடு மேற்கு வளவில் கிழக்கு பார்த்த தொட்டிக் கட்டு வீடு. முன்வாசல் தாண்டி நடுமுற்ற நடைமீது நின்று உள்ளே பார்த்தார். ஆசாரத்தில் நான்கைந்து பேர் வட்டமாக உட்கார்ந்து சீட்டு விளையாடிக் கொண்டிருந்தனர். பூனை ஒன்று தன் பாதத்தை நக்கிக் கொண்டிருந்தது.

வெகு நேரத்துக்குப் பின் செல்லீயக் கோனாரைப் பார்த்துவிட்டு, ஒருவன் எழுந்து அருகில் வந்து விசாரித்தான்.

"செல்லீயக் கோனார்... நானு... ஊர்க்கவுண்டரப் பாக்கணும்..."

"ஊர்க்கவுண்டர் செத்துப்போயீ... ரொம்பக் காலம் ஆயிருச்சு..."

அப்போது சீட்டு விளையாண்டபடி ஓர் இளைஞன் குரல் கொடுத்தான்.

"எங்க பெரிசுக்கு நெறைய சகவாசம். இப்படி தெனமும் யாராச்சும் வந்துட்டேயிருப்பானுக. பத்தஞ்சக் குடுத்துத் தொறத்திவுட்டுட்டு வாப்பா. நீதான் இப்ப வெட்டி வெக்கணும்..."

மோதிரங்கள் நிரம்பிய கைவிரல்களைச் சட்டைப் பாக்கெட்டில் விட்டு இரண்டு பத்து ரூபாய்த் தாள்களை எடுத்து நீட்டினான். செல்லீயக் கோனார் வாங்கிக்கொள்ளவில்லை. திரும்பி வந்த வழியே வீதியில் நடந்தார். மீண்டும் நாய்கள் குரைத்தபடித் துரத்த ஆரம்பித்தன. வெடித்த எருக்கங்காயில் இருந்து வெளிப்பட்ட விதை சுமந்த பஞ்சுகள் காற்றில் மிதந்து அலைந்தன. ஏறுவெயில் சுள்ளென அடித்தது. பழையபடி கூட்டாற்றுமுனைக்கு வந்து அதே பாறையில் தோப்பையே பார்த்துக் கொண்டு உட்கார்ந்தார். பசி அதிகமாயிற்று. நேரம் வெறுமையாக நகர்ந்தது. தன் கடைசிக் காலத்தில் மறுபடியும் இந்த ஊருக்கு வந்திருக்கக் கூடாதோ என நினைத்தார். மனக்கலக்கம் உண்டானது. சலிப்பும் சோர்வும் மிகுந்தன. கந்தக் குடும்பரைப் பற்றி விசாரிக்க வேண்டாம் என நினைத்தார். திருச்சிக்குக் கிளம்பலாம் என முடிவு செய்து எழுந்தார்.

அப்போது கலப்பையை நுகத்தடியில் கோட்டேறு போட்டுக் கொண்டு ஒருவன் எருதுகளை முடுக்கியபடிக் கரையேறி வந்தான். செல்லீயக் கோனாரைக் கண்டதும் நின்று கேட்டான்.

"என்ன சாமீ தோப்பு வயலையே பார்த்திட்டு இருக்கீங்க... ஆரு சாமீ நீங்க?"

செல்லீயக் கோனார் எரிச்சலாகப் பதிலளித்தார்.

"பரதேசி.."

"பரதேசியா இருந்தாலும் இந்தத் தோப்பு வயல் ஆசையைத் தூண்டி மயக்கிரும்."

"புரியலையேப்பா...?"

"தலைமுறை தலைமுறையா இந்தத் தோப்பு வயலுக்கு ஆராச்சும் ரெண்டு பேரு அடிச்சுக்கிட்டேதான் இருக்காங்க. இப்பவும் ஊர்க்கவுண்டர் மகனுக்கும் மகளுக்கும் சண்டை நடக்குது. மகள் பங்கை நாந்தான் பருவம் பாக்கறேன். இது சாபம் புடிச்ச தோப்புவயலு. இதை அதிக நேரம் பாக்காதீங்க. வாங்க... சாப்பிடலாம்."

அவன் நுகத்தடியில் மாட்டியிருந்த ஈயப்போசியைக் கழற்றிக் கொண்டுவந்தான். சேம இலையைப் பறித்து வந்து போசியில் இருந்த பாதி சாதத்தைக் கொட்டி செல்லீயக் கோனாரிடம் தந்தான். பழைய சாதத்தின் மணம். பசி. செல்லீயக் கோனாராலும் மறுக்க முடியவில்லை. வாங்கிக்கொண்டார். அவனும் பாறையில் சப்பணமிட்டு அமர்ந்து போசியிலிருந்த மீதிச் சாதத்தைச் சாப்பிட ஆரம்பித்தான். பாதிச் சாப்பாட்டில் செல்லீயக் கோனார் தோப்புவயலைக் காட்டிக் கேட்டார்.

என். ஸ்ரீராம் | 49

“ஏதோ சாபம்னு சொன்னியே... என்னப்பா அது?''

“ஒரு காலத்துல இந்தத் தோப்புவயலு எங்க பாட்டனுக்கு சொந்தமா இருந்துச்சு. ஊர்க்கவுண்டர் ஆசைப்பட்டு எவனோ கல் சிலம்பம் ஆடுறவனைக் கூட்டிவந்து எங்கப்பனை அடிச்சுக் கொன்னுட்டு எங்கள மெரட்டி எழுதி வாங்கிட்டாரு.''

செல்லீயக் கோனார் ஒரு கணம் அதிர்ந்து போனார். பின் சுதாரித்து எழுந்தார். இலையை வீசிவிட்டு நீரில் கை கழுவினார். கைத்தடியைக் கக்கத்தில் இடுக்கிக்கொண்டு மணலில் தெற்கே நடந்தார். அவன் சத்தமிட்டான்.

“அணையில் இருந்து தண்ணீர் தெறந்து வுட்டாச்சு. உப்பாத்துல ஆளுந்தண்ணிக்கு மேலாப் போகுது. உங்களால அக்கரைக்குப் போக முடியாது. சித்த பொறுத்தீங்கனா நானே அந்தாண்ட கொண்டுவந்து வுடறேன்.''

பொழுது, உச்சிக்கு ஏறித் தகித்தது. அவன் சாப்பிட்டு முடித்ததும் போசியை நுகத்தடியில் மாட்டிவிட்டு செல்லீயக் கோனாரோடு உப்பாறு வரை வந்தான். நீர்மட்டம் உயர்ந்து வெண்நுரைகளோடு கலங்கலாக ஓடிக்கொண்டிருந்தது. அவன் செல்லீயக் கோனாரின் தோளைப் பற்றி அக்கரைவரை நீந்திக் கரையேற்றினான். நிற்காமல் திரும்பி நீந்தினான். அவன் பார்வையில் இருந்து மறைந்ததும் செல்லீயக் கோனார் கீழே குனிந்து இரண்டு கூழாங்கற்களை எடுத்தார். மேலே வீசினார். கல் சிலம்பம் ஆடத் தொடங்கினார். இதுதான் கடைசி ஆட்டமாக இருக்கும் எனத் தோன்றியது. முழங்கைகள் நடுங்கின. சுதாரித்து கற்கள் கீழே விழாமல் தடுத்து மேலே செலுத்தினார். அந்த நேரத்தில் நீரின் சலசலப்பு கேட்டது. எதிரில் நீர் சொட்டச் சொட்ட அவன் நின்றிருந்தான்.

“நீங்க செல்லீயக் கோனாரா?''

செல்லீயக் கோனாருக்கு முதன்முறையாகச் சிறிது பயம் எழுந்தது. பதில் கூறாமல் அவனையே பார்த்தார். அவன் மேலும் கிட்டத்தில் வந்து நின்றான். மெள்ளச் சிரித்தபடிக் கேட்டான்.

“எனக்குக் கல் சிலம்பம் கத்துக்குடுப்பீங்களா?''

சிலம்ப வாத்தியார் ஊரைவிட்டுப் போகும்போது, சொன்னது ஏனோ அந்தக் கணத்தில் ஞாபகம் வந்தது. செல்லீயக் கோனாரும் பதிலுக்குச் சிரித்தார்!

- ஆனந்த விகடன், *15-01-2014*

உடுக்கை விரல்

தூரத்தில் பழநிமலைப் படிக்கட்டுகளும் உச்சிக்கோபுரமும் மின்சார விளக்கு ஒளியில் ஜொலிப்பது, படம் விரித்து நுனிவாலில் எழுந்து நிற்கும் நாகப்பாம்புபோல எனக்குத் தெரிந்தது. வடக்கு முகமாகப் பாய்ந்து வரும் சண்முக நதியின் நட்டாற்று மணல் திட்டில், நான் தென்கிழக்குத் திசை நோக்கிச் சம்மணமிட்டு அமர்ந்து இருந்தேன்.

"முருகா... அறுபடை நாதா... நான் ஆடுற கடைசிக் கூத்து இது. இருவத்தி ஆறு நாளு நடத்துற கூத்தை, இன்னிக்கு ஒரு ராத்திரியிலேயே உன்னைச் சாட்சியா வெச்சு ஆடப்போறேன். நான் உண்மையான கூத்துக்காரனா இருந்தா, மழை எறங்கணும்; கார் வெள்ளம் எடுக்கணும்; என்னை அடிச்சுட்டுப் போயி உன்னோடு சேர்க்கணும்..."

குமிழியிட்டு ஓடும் ஆற்று நீர்ப்பெருக்கின் சலசலப்பைத் தவிர, நிசப்தம். மனித அரவம் அற்ற பீதியூட்டும் இருள்.

நான் இடது கையில் பிடித்திருந்த வெண்கல உடுக்கையைச் சரிப்படுத்தினேன். வலது ஆள்காட்டி விரலை உடுக்கையில் இறக்கினேன்.

'பம்... பம்... பம்...'

அடுத்த கணம், ஆகாயத்தில் இருந்து கண்களைப் பறிப்பதுபோல் ஒளிப்பிழம்பு. எரிநட்சத்திரம் அறுந்து கீழே இறங்கியது. எதிர்க்கரையில் உள்ள ஒற்றை இலுப்பை மரத்தின் பட்டுப்போன கிளையில், பொந்தணையும் குருட்டு ஆந்தைகள் அலறிக் குரல் இட்டன. தலைக்கு மேலே வாவற்பட்சிகள் வட்டமிட்டபடிக் கத்தின.

எனக்கு விரல்கள் நடுங்கின. ஏதோ அபசகுனம்போல் பட்டது. தைரியத்தை வரவழைத்துக்கொண்டு மீண்டும் உடுக்கை இசைத்தேன்.

‘பம்... பம்... பம்...’

பாறை இடுக்குகள் எதிரொலித்தன. நான் அண்ணமார்சாமி உடுக்கடிக் கூத்தை ஆரம்பித்தேன்.

‘ஆட்டக் களத்திலே / ஆடும் கலைஞனுக்கும் / பார்க்கும் மக்களுக்கும் / குத்தம் குறை வராமே / தீட்டு தடங்கல் வராமே / காத்துக் கருப்பு அண்டாமே! கனதிடமாக் காத்து நின்று / கூத்து நடக்க வேணுமப்போ...’

என் உடுக்கடி, வேகம் கொண்டது. அடுத்து, கூத்தின் கதைத் தெய்வங்களைக் கண்முன்னே எழச் செய்ய வேண்டும். பாடல் வரிகள் மனசுக்குள்ளேயே இருந்தன. நாக்கு உச்சரிக்க மறுத்தது. பாடல்கள் வெளிப்படாத அவஸ்தை. நான் எழுந்து கத்தினேன்.

“அய்யோ... சின்னண்ணா... பெரியண்ணா... அருக்காணி... தங்காயீ... பெரியகாண்டித்தாயீ... இது என்ன சோதனை.?’’

அப்போது என் இடது கையில் இருந்த வெண்கல உடுக்கை நழுவி, மணலில் விழுந்து புதைந்தது. நடுங்கும் வலது கைவிரல்களை நான் பார்த்தபடியே நின்றேன். அந்த உடுக்கை விரல்கள், என்னை நிர்மானுஷ்ய வெளியில் நிற்பதுபோல உணரச் செய்தன.

வெகுதான்ய வருடத்தின் கொடூரப் பஞ்சம். கிணறுகள், நெல் காயப்போடுவதுபோல வறண்டுவிட்டன. குடியானவர்கள் ஆடு, மாடுகளை விற்றுக்கொண்டிருந்தனர். விதைத் தானியங்கள் அடுப்படிக்குப் போயின. கோடைக் காற்றுக்கு, தென்னைகளும் பனைகளும் முறிந்து விழுந்துகொண்டிருந்தன.

கார்த்திகை மாதம் பிறந்தும் பூமியில் ஒரு பொட்டுத் துளி இறங்கவில்லை. இரவில் ஆகாயத்தில் விண்மீன்கள் மினுங்கிக் கிடந்தன. பகலிலும் முகில்கள் எடுப்பதே இல்லை.

முன்னிரவு. பனத்தம்பட்டி போய்விட்டு வந்த அய்யா, திண்ணையில் ஆயாசமாக அமர்ந்தார். தோள் துண்டில் முடிந்திருந்த நிலயாவரைக் காய்களை முறத்தில் கொட்டினார். நான் தண்ணீர்ச் செம்பை நீட்டினேன். நிலவடியில் நின்றிருந்த அண்ணன் கேட்டான்...

“பெரிய எசமாங்க என்ன சொன்னாங்க?’’

“சனங்க பஞ்சத்துல இருக்கும்போது கூத்து எதுக்குனு கேட்கிறாரு.’’

“உடுக்கப் பாட்டு பாடினா மழை எறங்குமுன்னு சொன்னீங்களா?’’

"அவருக்கு அதுல நம்பிக்கை இல்லை.''

"அப்ப, நிலயாவரைக் காயைத் தின்னுட்டு நாம சாவ வேண்டியது தானா?''

அய்யா மேற்கொண்டு பேசவில்லை.

நான்காம் சாமத்தில் என்னையும் அண்ணனையும் எழுப்பினார். உடுக்கைகளையும் கூத்து உடைகளையும் மட்டும் எடுத்துக்கொண்டு வீட்டைப் பூட்டினார். தென்கிழக்குத் திசை நோக்கிய பயணம். விடிந்தபோது பனங்காடைகள் கத்தின. மழையற்ற வெளி. கொக்குக் கூட்டங்கள் தரை இறங்காமல் வேறு சீமை பார்த்துப் போய்க் கொண்டிருந்தன. பகல் முழுவதும் கானல் அனலோடிய வெயில்.

வழி நெடுக எந்த ஊரிலும் உடுக்கைக் கூத்துகட்டச் சம்மதிக்க வில்லை. 'கூத்துக்கட்டினா மழை எறங்கும்' என அய்யாவும் அண்ணனும் கெஞ்சியபோது சனங்கள் சிரித்தார்கள். பொழுது அந்தி சாய்ந்தது. நாங்கள் சண்முக நதியை அடைந்தோம். மணலில் தோண்டியிருந்த ஊற்றுக் குழிகளில் கூட நீர் சுரக்கவில்லை. கடுமையான தாகம்; பசி. நாங்கள் சோர்ந்து போய் மணல்திட்டில் அமர்ந்தோம்.

இருள் சூழ்ந்ததும் பழநிமலை இருக்கும் திசையைக் காட்டி அய்யா சொன்னார்...

"நான் பாலகனா இருக்கும்போது, ஒரு பஞ்சக் காலத்துல எங்க அய்யா என்னை இங்கதான் கூட்டி வந்தாரு. அந்த ஆண்டவன் எங்களைக் கைவிடலை. அதுபோல இப்ப நான் உங்களைக் கூட்டி வந்திருக்கேன்.''

அய்யா, வெண்கல உடுக்கையை எடுத்து வெறி மூண்டவர் போல இசைக்க ஆரம்பித்தார்.

'பம்... பம்... பம்...'

சிறிது நேரத்துக்குப் பின் உடுக்கடியை நிறுத்திவிட்டு, திடீரென எழுந்தார்.

"மழை பெய்ய வேண்டி, இப்ப நான் அண்ணமார்சாமி உடுக்கடிக் கூத்துக்கட்டப்போறேன். மழை எறங்கினா, ஊர் திரும்புறோம். இல்லையின்னா பசி மயக்கத்துல செத்து இப்படியே மயானத்துக்குப் போறோம்.''

நானும் அண்ணனும் ஒருவரை ஒருவர் பார்த்துக்கொண்டோம்.

“இந்த மணல்ல நமக்கு முன்னால ஆயிரம் பார்வையாளர்கள் அமர்ந்து கூத்து பார்க்கிறதா பாவிச்சு, நான் இப்ப கதைத் தெய்வங்களை அழைக்கிறேன்.''

அய்யா, முதலில் பெண் தெய்வங்களை அழைத்தார்.

“திருக்கோயில்விட்டு மங்கே ஆடிவர வேணுமம்மா/தவசுமரம் சோலையிட்டு/தானிறங்கி வாருமம்மா...''

அடுத்து ஆண் தெய்வங்களை அழைத்தார்.

“கண்ணு சிவக்கலையோ... கடும் கோபம் ஆகலையோ/மீசை துடிக்கலையோ... முன் வீரம் ஆகலையோ/தூக்கி எறியலையோ... துள்ளிக் குதிக்கலையோ/இன்னும் என்ன தாமசமோ... ஆடிவர வேணுமய்யா...''

அய்யா உடுக்கடித்து, பாடி, வட்டமாக ஆடினார். அண்ணன் உடுக்கடித்து, பின்பாட்டு பாடினான். அண்ணமார்சாமிக் கதை தொடங்கிவிட்டது. மணலில் குத்துக்காலிட்டு உட்கார்ந்திருந்த எனக்கு, இது வீண்வேலை என்றே தோன்றியது. என் கனவு எல்லாம் பொள்ளாச்சி சென்று மகாலிங்கம் பஸ் கம்பெனியில் கரிப்புகை பஸ் ஓட்ட வேண்டும். அதேபோல் பிரிட்டிஷ் துரைக்கு ஜீப் ஓட்ட வேண்டும் என்பதுதான். ஆனால், அய்யாவோ உடுக்கடிக் கூத்துக்கு என்னை வாரிசாக உருவாக்க எவ்வளவோ பிரியப்பட்டார். நான் உதாசீனப்படுத்திவிட்டேன்.

குன்றுடையானைத் திருமணம் செய்து கொண்ட தாமரை, குழந்தை வரம் வேண்டிக் கயிலாயம் செல்லும் இடம். அய்யா, புலம்பலும் அழுகையுமாகக் கதை கூறிக்கொண்டிருந்தார். அந்தச் சமயத்தில் நீர்த்துறைப் பக்கம் இருந்து இருவர் வந்து நின்றனர். அவர்கள் தலையில் பெரிய மண்மொடா இருந்தது.

அய்யாவும் அண்ணனும் கூத்திலேயே குறியாக இருந்தார்கள். நான் எழுந்து இருளில் அவர்களை நோக்கி நடந்தேன். காய்ந்த ரேகைகள் காலில் பட்டு நொறுங்கும் ஒலி கேட்டது. நான் நெருங்க நெருங்க, இருவரில் ஒருவன் கத்தினான்.

“இலுப்பமரத்துப் பேயேதான்டா இது... ஓடு..''

மண்மொடாக்கள் நிலத்தில் விழுந்து உடைந்தன. இருவரும் திரும்பி, மேடு ஏறி தலைதெறிக்க ஓடிப்போனார்கள். எனக்குச்

சிரிப்பு வந்தது. திரும்பி வந்து பழையபடி உட்கார்ந்துகொண்டேன். கூத்தில் பொன்னர், சங்கர், அருக்காணி, தங்காயி எல்லாம் பிறந்து வளர்ந்துவிட்டனர்.

அந்தச் சமயத்தில், நீர்த்துறை மேட்டில் இருந்து தீவட்டிகள் கீழ் இறங்கி வந்துகொண்டிருந்தன. பயந்து ஓடிய இருவரும் ஊருக்குள் சென்று, ஆட்களைத் திரட்டி வருகிறார்கள் என்பது எனக்குப் புரிந்து போயிற்று.

தீவட்டி ஆட்கள் மணற்பரப்புக்கு வந்து, எங்களைச் சூழ்ந்து நின்றார்கள். அய்யா, கூத்தில் வீரமலைக் காட்டில் இருந்து கிளி பிடித்து வந்தபின், தலையூர் காளி வளநாட்டைக் கொள்ளையிடவரும் பகுதிக்கு மாறியிருந்தார். உடுக்கடியிலும் பாடுவதிலும் மனம் ஒன்றியிருந்தார். சுற்றி நிற்பவர்களைப் பார்த்தபடியே மிரட்சியோடு பின்பாட்டு பாடிக் கொண்டிருந்தான் அண்ணன்.

வல்லயம், குத்தீட்டி எனப் பிடித்திருந்த ஆட்களை விலக்கி, பூசாரி முன்னே வந்தார். பயந்து ஓடிய இருவரும் ஊர்த் தலைவரும் அவர் பின்னே வந்து நின்றனர். பூசாரி எங்களை உற்றுப் பார்த்துவிட்டுப் பேசினார்...

“சாமத்துல, ஆத்துக்கால்ல உடுக்கடிக் கூத்துக் கட்டுச்சுன்னா, கண்டிப்பா அது இலுப்பமரப் பேயாகத்தான் இருக்கும். ரொம்ப காலத்துக்கு முன்னால நம்ம ஊர்ப்பக்கம் எவனாவது உடுக்கடிக் கூத்துக்காரக் குடும்பம் அகாலத்துல செத்திருக்கும். இன்னிக்கு வெறிகொண்டு எந்திரிச்சு ஆடுது.''

அச்சம் எழுப்பும் சூழ்நிலை மூண்டு விட்டதை உணராமல், அய்யா கூத்தே கதியாக இருந்தார். பூசாரி தொடர்ந்து பேசினார்.

“அப்படியே ஆராவது ரெண்டு பேர் ஊருக்குள்ள ஓடி, எல்லா வூட்லேயும் நெலவுல வேப்பங்கொலயைச் சொருகி வெச்சு, பொண்டு புள்ளைகளை எல்லாம் ஜாக்கிரதையா இருக்கச் சொல்லுங்க. ஆரும் நடையை நீக்கி வெளியில் வந்துர வேணாம். இந்தப் பேயுக இங்க இருக்கிற மாதிரி இருக்கும். சடார்னு பாஞ்சு ஊருக்குள்ள போயி காவு வாங்கிரும்.''

ஆட்கள் வல்லயத்தையும் குத்தீட்டியையும் நீட்டித் தயாரானார்கள். நான் என்ன செய்வது எனத் தெரியாமல் முழித்தேன். அந்த நேரம், கூத்தைத் திடீரென நிறுத்தினார் அய்யா.

“சாமீ… நாங்க உடுக்கடிக் கூத்துக்காரங்க. மேக்கே பூளவாடி பக்கம் இருந்து வர்றோமுங்க. மழை பெய்யணும், மக்கப் பஞ்சம் தீரணுமுன்னு என்னோட தெய்வத்துமேல நம்பிக்கை வெச்சு இன்னிக்கு நாங்க கூத்துக்கட்டறோமுங்க. எங்க கூத்து பொய்க்காம மழை எறங்குச்சுன்னா, நாங்க மனுஷங்கதான்னு எங்களை வுட்டுருங்க மழை எறங்கலீன்னா இலுப்பப் பேயுனு நெனைச்சு, இந்த ஆத்தங்கரையிலேயே தீவட்டியால கொளுத்திக் கொன்னுருங்க.’’

உடனே, உடுக்கை இசைத்துப் பாட ஆரம்பித்தார் அய்யா. கூத்தில், பொன்னரும் சங்கரும் தலையூர் காளியுடன் சண்டையிட முடிவு செய்தனர். தீவட்டி ஆட்கள் ஆயுதங்களை மணலில் ஊன்றிவிட்டு, அதே இடத்தில் உட்கார்ந்து கூத்தைக் கவனித்தனர். நேரம் செல்ல செல்ல அய்யாவின் உடுக்கடியும் பாடலின் தொனியும் மூர்க்கமாக மாறின. அப்போது உச்சிவானில் இருந்து பளீரென ஒரு மின்னல். நிலம் அதிர்வது போல ஓர் இடி. நீர்மூலையில் இருந்து தனித்த கருமுகில் கூட்டம் மேலேறி வந்துகொண்டிருந்தது.

நானும் தீவட்டி ஆட்களும் கூத்தையும் வானத்தையும் மாறி மாறிப் பார்த்துக்கொண்டே இருந்தோம். அடுக்கடுக்காகக் கிளர்ந்து வந்த கருமுகில் கூட்டங்கள் விரைந்து உச்சிவானை மூடின. மின்னலும் இடியும் நிற்கவில்லை. கூத்தில் பொன்னரும் சங்கரும் போர்க்களம் புறப்படும் நேரம்… சடசடவென மழை இறங்கிற்று. கல்மாரி போல கனமான துளி.

தீவட்டிகள் அணைந்துவிட்டன. அய்யா, கூத்தை நிறுத்தவில்லை. பூசாரியும் ஊர்த் தலைவரும் தீவட்டி ஆட்களோடு வந்து அய்யாவின் காலில் நெடுஞ்சாண்கிடையாக விழுந்து வணங்கினர். அதன் பின் எங்களை அவர்களின் கல்துறை கிராமத்துக்கே கூட்டிப் போனார்கள். வயிறார உணவு கொடுத்து ஊர் சாவடியில் தங்க வைத்தனர்.

மறுநாள் மழை ஓய்ந்து, ஏறுவெயில் வந்துவிட்டது. தலைவாசலில் இரட்டைச் சாட்டுக் குதிரைவண்டி ஒன்று வந்து நிற்பதைக் கண்டோம். அதன் பின்னே நூற்றுக்கும் மேற்பட்ட காளைமாட்டுச் சவாரி வண்டிகள் வந்து நிற்கத் தொடங்கின. இரட்டைச் சாட்டுக் குதிரை வண்டியில் இருந்து இறங்கிய இளைஞர், பட்டு அங்கவஸ்திரம் அணிந்து, ராஜபரம்பரைத் தோற்றத்தில் இருந்தார். இந்த ஊர்த் தலைவரும் பூசாரியும் வந்த பின்பு பேசினார்.

“நான் தாராபுரத்துக்கு வடக்கே செங்காட்டூர் பட்டக்காரர். எங்க பக்கத்திலும் மழை இல்லை. கடும் பஞ்சம். பண்டம் பாடிகளுக்கும் தீனி இல்லை. விக்கிறதுக்கும் மனசு இல்லை. என்ன பண்றதுங்கிற குழப்பத்துல, எதுக்கும் ஒருமுறை பழநி முருகன்கிட்ட வந்து வேண்டினா வழி கிடைக்குமுன்னு வண்டி கட்டிக்கிட்டு வந்தோம். சாமி கும்பிட்டுட்டு வடக்கே வரும்போது இங்க மட்டும் மழை பெஞ்சிருக்கு. தெக்க போகும் போது இங்க மழை இல்லையே என்னன்னு கேட்கலாமுன்னு வந்தோம்.''

ஊர்த் தலைவர் எங்கள் மூவரையும் கூப்பிட்டு முன்னே நிறுத்தினார். நேற்று இரவு சண்முக நதிக்கரையில் நடந்தவற்றை விவரித்தார். பட்டக்காரர், அய்யாவின் கைகளைப் பற்றிக் கொண்டு கேட்டார்.

“நீங்க எங்க மேல இரக்கப்பட்டு எங்க ஊருக்கும் வரணும்; இதே மாதிரி கூத்துக் கட்டணும்; எங்க பஞ்சத்தையும் போக்கணும்.''

இரண்டைச் சாட்டுக் குதிரைவண்டி செங்காட்டூர் அரண்மனை வீட்டின் முன்பு வந்து நின்றபோது பெண்கள் விளக்குமாடத்தில் அந்திவிளக்கு ஏற்றிக்கொண்டிருந்தனர். இரவு ஆகாரத்துக்குப் பின்னர், வேலையாட்கள் வந்து அரண்மனையின் பின்கட்டு நடையைத் திறந்து எங்களைத் தோட்டத்துக்குள் கூட்டிப் போயினர். தென்னந்தோப்பு நடுவில் இருந்த வீட்டில் தங்க வைத்தனர். மயில்_மாணிக்கக் கொடி பந்தல் இட்ட முற்றம். வீடு எங்கும் முதிர்ந்த நெல் வாசனை. அய்யா, மறுநாளே அண்ணமார்சாமி கூத்துக்கான ஏற்பாட்டைச் செய்தார். கூத்து உடை அணிந்து உடுக்கையின் இடது பக்க நரம்பைச் சரிபார்த்துக் கொண்டிருந்த அய்யாவிடம் சென்று நான் கேட்டேன்.

“நானும் பின்பாட்டு பாடுறேன்.''

அய்யா, என்னை நிமிர்ந்து பார்த்தார். சிறிது நேர மௌனத்துக்குப் பிறகு பேசினார்.

“அண்ணமார்சாமிகள் பாண்டவர்களோட மறுபிறப்பா பூலோகத்துல பொறந்திருக்காங்கன்னு ஐதீகம். அவுங்க, உசுரோடு தெய்வமாகி தேவலோகம் போனவங்க. அவுங்க வரலாற்றை நாம ஆம்பள வேஷம், பொம்பள வேஷம்னு மாறி மாறி ஆடிப்பாடிக் கூத்துக்கட்டுறோம். பார்க்கிற சனத்துக்கு நாம கூத்துக்காரங்களா தெரியக் கூடாது; கதைத் தெய்வங்களா தெரியணும்... கையெடுத்துக் கும்பிடணும்.''

அய்யா, குனிந்து, கால் சலங்கைகளை அணிந்தபடியே மறுபடியும் பேசினார்.

“நான் உடுக்கடிச்சுப் பாடினா மழை எறங்கும்கிறது என் நம்பிக்கை. அதுபோல உனக்கு எப்ப நம்பிக்கை வருதோ, அப்ப நீ கூத்துக்கட்ட வா.’’

அய்யா, கால் சலங்கை குலுங்க அரங்கக் களத்தை நோக்கிப் போய்விட்டார். அன்று இரவு அய்யா ஆடியது ஆக்ரோஷமான கூத்து. சங்கரிடம் தலையூர் காளி படையினர் பயந்து ஓடும்போது மழை இறங்கிவிட்டது. காற்று அடங்கிப் பெய்த மழையில் ஊர் முழுவதும் பெருவெள்ளம். இருளில் நனைந்தபடியே தென்னந்தோப்பு வீட்டுக்கு வந்ததும், அய்யா அவருடைய வெண்கல உடுக்கையை அண்ணனிடம் கொடுத்துச் சொன்னார்.

“அண்ணமார்சாமி என்னைக் கைவிடலை. அந்தச் சத்தியவாக்கைத் தொடர்ந்து சோதிக்கவும் கூடாது. இனி நீதான் என் வாரிசு.’’

அந்த மழைக்காலம் தேவைக்கு அதிகமாகவே மழையைக் கொட்டித் தீர்த்தது. தொடர்ந்து காலங்கள் செழித்தன. ஆண்டுகள் ஓடின. அதன் பின்பு அய்யா ஒருபோதும் உடுக்கையைத் தொடவே இல்லை. நாங்கள் பட்டக்காரர் தென்னந்தோப்பு வீட்டிலேயே நிரந்தரமாகத் தங்கிக்கொண்டோம். அண்ணன் புகழ்பெற்ற உடுக்கடிக் கூத்துக்காரனாக வளர்ந்துவிட்டான். அண்ணமார் உடுக்கடிக் கூத்தின் போது ‘படி விளையாண்டு’ படுகளம் வீழ்பவர்களை எழுப்ப, அண்ணனைவிட்டால் வேறு கூத்துக்காரர்கள் இல்லை என்கிற நிலை. அண்ணனும் என்னை பின்பாட்டு பாட, பெண் வேடம் கட்ட அனுமதிக்கவில்லை. கூத்துக்குச் செல்லும் போது உடுக்கைகளையும் கூத்து உடைகளையும் கால் சலங்கைகளையும் சுமந்து செல்லும் ஓர் எடுபிடியாகவே வைத்திருந்தான். நானும் வேறு வழி இல்லாமல் அதைப் பிரியமுடன் ஏற்றுக்கொண்டேன்.

அந்தச் சமயத்தில் அண்ணனுக் ஸ்த்ரீபார்ட் நாடகக்காரி உதயராணி பழக்கம் ஆனாள். கூத்து முடிந்து 27ஆம் நாள் சடங்கான தவசுக் கம்பத்தை நீரில் விட்டு, காணிக்கை பெற்றதும், அண்ணன் தவறாமல் குண்டடத்தில் உள்ள உதயராணி வீட்டுக்குச் சென்று வந்தான். நான் அண்ணன் கிளம்பும்வரை அவள் வீட்டு வெளித் திண்ணையில் அவமானமும் வருத்தமும் மேலிட உட்கார்ந்து கிடந்தேன். கழுதைகள் கத்திக்கொண்டு திரியும் வீதியில் செல்வோர் எல்லாம், என்னைப் பார்த்துக் காறித் துப்புவதுபோல இருக்கும். அய்யாவுக்கு இது தெரிந்திருந்தாலும் அண்ணனைக் கண்டிக்கும் திராணி இல்லாதவராக இருந்தார்.

அந்த வருடத்தில்தான் இரண்டாம் உலகப் போர் முடிவுக்கு வந்தது. வெள்ளைக்காரத் துரையின் குடும்பத்தினர் பிரிட்டிஷ் தேசத்தில் இருந்து கப்பலில் வந்து இறங்கியிருந்தனர். கீழை நாட்டின் சடங்கு, சம்பிரதாயக் கூத்துக்களைப் பார்க்க ஆர்வம் கொண்டிருந்த துரைசாணி அம்மாவுக்காக, பட்டக்காரர் அண்ணமார்சாமி கூத்துக்கு ஏற்பாடு செய்திருந்தார். அண்ணன் மூன்று இரவுகளில் கதையை முடிப்பதாகத் திட்டம் போட்டுக் கூத்தை ஆரம்பித்தான்.

மூன்றாம் நாள் படுகளம் விழச்செய்து எழுப்பும் கூத்து. ஒரு கூத்தாடிக்குக் கடினமான தருணம் அது. அரங்கக் களத்தின் நாற்புறமும் கல்விளக்குத் தீபங்கள் சுடர் விட்டன. ஊர் வண்ணார்கள் தீப்பந்தம் பிடித்து நின்றனர். துரையும் துரைசாணி அம்மாவும் பட்டக்காரர் குடும்பத்தினரும் முன்வரிசையில் அமர்ந்து கூத்தைக் கவனித்தனர். சுற்றுவெளி ஊர்களில் இருந்து எல்லாம் சனங்கள் மாட்டுவண்டி கட்டிக் கொண்டு வந்து குவிந்து விட்டனர்.

அண்ணன் முதலில் தலையூர் காளியாக உருவம் மாறி, மாயவர் அம்பு விட்டு சங்கரை வீழ்த்துவதை வேகமான தாளகதியில் உடுக்கடித்துப் பாடி, ஆடினார். கூட்டத்துக்குள் இருந்து ஆண் பார்வையாளர்கள் இருவர் சங்கர் அருளாடியாகி அரங்கக்களத்துக்கு ஓடிவந்தனர். இறப்புத் தன்மையுடன் செத்தவர் போல மூர்ச்சையாகி விழுந்தனர். படுகளம் விழுந்தவர்களை மேற்காகத் தலை வைத்து, கிழக்காகக் கால் நீட்டி மரணமுற்றவர்களைப் படுக்கவைப்பது போலப் படுக்கவைத்து, வெள்ளைத் துணியால் மூடினர்.

அண்ணன் அடுத்ததாக சங்கரின் மரணம் அறிந்த சாம்புகன் அழுது புலம்பும் கதைப்பாடலை உக்கிரத் தாளத்தில் உடுக்கடித்துப் பாடி ஆடினான். மூன்று ஆண் பார்வையாளர்கள், சாம்புகன் அருளாடியாகி படுகளம் விழுந்தனர். அண்ணன் கடைசியாக பொன்னர், தலையூர் காளியைப் போரிட்டுக் கொன்று, வாளில் பாய்ந்து தற்கொலை செய்து கொள்ளும் பாடலை, உடுக்கடித்துப் பாடி ஆடினான். ஐந்து ஆண் பார்வையாளர்கள் பொன்னர் அருளாடியாகி படுகளம் விழுந்தனர். துரைசாணி அம்மா எழுந்து வந்து படுகளம் விழுந்தவர்களின் நெஞ்சில் கை வைத்துப் பார்த்து உணர்ச்சிவசப்பட்டவராகக் கத்தினார்.

"ரியலி... ஆல் ஆர் டெத்."

"நோ... நோ..."

துரை எழுந்து வந்து சமாதானப்படுத்தி, கூட்டிப் போய் அமரவைத்தார்.

அண்ணன் பெண் வேடதாரியாக மாறி, தங்காயி பாத்திரம் ஏற்று, படுகளம் விழுந்தவர்களைச் சுற்றியவாறு உடுக்கடித்து அழுது புலம்பிப் பாடினான். பாடலின் முடிவில் பெண் பார்வையாளர்களில் ஒருத்தி அருள் பெற்று, அரங்கக் களத்துக்கு வந்து உடலை முறுக்கி நிற்க வேண்டும். அடுத்து பெரியகாண்டி, செல்லாண்டி, மகாமுனி, கருப்பணர், கன்னிமார் எனத் தெய்வங்களும் அருள் பெற்று வந்தால் தான், படுகளம் விழுந்தவர்களை எழுப்ப முடியும்.

பெண் பார்வையாளர்களின் மத்தியில் சலனமே இல்லை. அண்ணன் தொடர்ந்து முயற்சித்தான். நேரம் கடந்தது. வடமேற்குத் திசையில் பளீரென மின்னல், திடுமென ஓர் இடி. கருக்கல்கள் திட்டுத் திட்டாகத் தேங்கி மேல் எழுந்து வந்தன. பட்டக்காரர் பதற்றமாகி அண்ணனிடம் ஓடிவந்தார்.

"எங்க முப்பாட்டன் காலத்துல இதுமாதிரி திடீர்னு மழை எறங்கி, பெருவெள்ளம் எடுத்து படுகளம் விழுந்தவர்களை, எழுப்புறதுக்குள்ள அடிச்சுட்டுப்போயிருச்சாம். அந்த அபகீர்த்தி எனக்கும் வந்துர வேணாம்.''

அண்ணனுக்கு கண்கள் சிவந்துவிட்டன. அதிர்வுடன் உடுக்கடித்தான். வெறிகொண்டு பாடி ஆடினான். பெண் பார்வையாளர்கள் எவரும் அருளாடியாக மாறவில்லை. உச்சிவானம் முழுவதும் முகில்கள் நிறைந்துவிட்டன. மழை இறங்கும் முன்னர் உண்டாகும் சிறு புழுக்கம். துரைசாணி அம்மா பயந்து அழத் தொடங்கினார்.

"ப்ளீஸ் சேவ் தெம்... அட் எனி காஸ்ட்.''

நான் தென்னந்தோப்பு வீட்டுக்கு ஓடி, அய்யாவிடம் நடந்ததைச் சொன்னேன்.

"பொம்பள சகவாசம்... பெண் தெய்வம் எப்படி வரும்? என்னை இப்ப அங்க வந்து அவமானப்படச் சொல்றியா?''

அய்யா வர மறுத்துவிட்டார். நான் திரும்பவும் அரங்கக் களத்துக்கு ஓடிவந்தேன். சுழன்று அடிக்கும் வாடைக்காற்றுக்கு கல்விளக்குத் தீபங்களும் தீப்பந்தங்களும் அணையத் தொடங்கின. அருகில் மண்வாசம். அந்தக் கணம், நான் ஓர் உத்வேகத்தில் பட்டக்காரர் முன்னர் போய் நின்றேன்.

“படுகளம் விழுந்தவங்களை நான் எழுப்பறேன்...''

பார்வையாளர்கள் முகத்தில் ஏளனக் குறி. பட்டக்காரர், அண்ணனிடம் இருந்து வெண்கல உடுக்கையைப் பிடுங்கி என்னிடம் கொடுத்தார்.

‘பம்... பம்... பம்...’

என் நாவில் இருந்து தங்காயி புலம்பலுக்கான பாடல் பிறந்தது.

“கல்லான கோட்டையெல்லாம் நாம் சிற்றுலைப் பட்டினத்தில், கலையாதோ என்றிருந்தேன். அண்ணா... கலையா மழை பொழிய கணத்திலே கலைந்துவிழக் கண்டேன்...'' பாடலின் முடிவில் பெண் பார்வையாளர்களுக்குள் இருந்து அடுத்தடுத்து அருளாடிகள் எழுந்து, குதித்தபடி அரங்கக் களத்துக்கு வந்தனர். கூட்டம் கரகோஷமிட்டது. பட்டக்காரர் முகத்தில் புன்னகை. மழை இன்னும் இறங்கவில்லை. நான் துரிதமாகச் செயல்பட்டு, பெரிய காண்டியாக மாறிய அருளாடியிடம் படுகளம் விழுந்தவர்களை எழுப்பித்தர உத்தரவு வாங்கினேன். விரைந்து கிணற்றடிþ பூஜையை முடித்தேன்.

படுகளம் விழுந்தவர்களுக்கான உயிர் எழுப்பும் பாடலைப் பாடினேன்.

“நீங்க பட்ட படுகளத்து வாசலிலே... எழுப்ப வரம் வாங்கி வந்தேன்/செத்தவர்கள் எல்லோர்க்கும் செம்பூசி சிறு சூடு வாங்கி வந்தேன்...''

நான் அருளாடிகளுடன் படுகளம் விழுந்தவர்களை ஒன்பது சுற்று சுற்றினேன். தங்காயி அருளாடி தானாகக் கதறினாள்.

“அண்ணா... அண்ணா... எழுந்திருங்க அண்ணா...''

உடனே சிவமந்திரத் தீர்த்தத்தை எடுத்துப் படுகளம் விழுந்தவர்கள் மீது தெளித்தாள். தீர்த்தம் பட்டதும் படுகளம் விழுந்தவர்கள் ஒவ்வொருவராகத் துள்ளி எழுந்தனர். துரைசாணி அம்மா கத்திக் கொண்டு என்னிடம் ஓடிவந்தார்.

“மிராக்கிள்... மிராக்கிள்...''

என்னைக் கட்டிப்பிடித்துக்கொண்டார். பட்டக்காரர் மற்றும் பார்வையாளர்கள் கண்களில் நீர் திரண்டிருந்தது. மழை இறங்கிவிட்டது. நான் அண்ணனைத் தேடினேன். அங்கு எங்குமே அண்ணனைக் காணவில்லை. மறுநாள் பகலில் துரையும் துரைசாணி அம்மாவும் என்னைத் தேடி தென்னந்தோப்பு வீட்டுக்கு வந்தனர். தங்க ஆபரணம்

ஒன்றைப் பரிசாக, கழுத்தில் சூட்டினர். நான் அதை அவர்களிடம் திருப்பித் தந்துவிட்டுச் சொன்னேன்...

"உங்க ஜீப்பை ஓட்டிப் பழகணும்'' இருவரும் சிரித்தனர். மூன்று நாட்களில் எனக்கு ஜீப் ஓட்டப் பழக்கிவிட்டனர். அந்த வார இறுதியில், நான் அண்ணனைத் தேடி உதயராணி வீட்டுக்குப் போனேன். கதவைத் திறந்த உதயராணி, அண்ணனைத் திட்டினாள்.

"பெரிய கூத்தனாம்... போ. இனி உன் எடுபிடிகிட்ட பின்பாட்டு பாடு.''

குதிரைவண்டி பிடித்து வீடு வரும்வரை அண்ணன் என்னிடம் எதுவும் பேசவில்லை. அன்று இரவு நடுநிசியில் ஏதோ அரவம் கேட்டு நான் விழித்தேன். கட்டில் காலடியின் அண்ணன் நின்றிருந்தான். அடுத்த கணம் என் வலது கைவிரல்களைக் கட்டில் சட்டத்தில் வைத்து அழுத்தி வீச்சரிவாளால் வெட்டினான். துண்டான ஐந்துவிரல்களும் தரையில் விழுந்து சிதறின. ரத்தம் கொட்டியது. எனக்கு உயிர்போகும் வலி. எழுந்து கதறினேன். அய்யாவும் தூக்கம் கலைந்து எழுந்து ஓடிவந்தார். வீச்சரிவாளுடன் ஆவேசம் அடங்காமல் நிற்கும் அண்ணனைப் பார்த்ததும் சத்தமிட்டார்.

"சண்டாளா... படுகளம் எழுப்புற புள்ளையைப் பாழாக்கிட்டியே!''

அய்யா வெளியேறி, தென்னந்தோப்பின் இடையே அரண்மனையை நோக்கி ஓடினார். வீச்சரிவாளை வீசிவிட்டு அண்ணனும் பின்னே ஓடினான். நான் வலியில் துடித்தபடியே யோசித்தேன். என் நிலை கண்டால் பட்டக்காரர் நிச்சயம் அண்ணனின் வலது கைவிரல்களைத் துண்டித்து விடுவார். நானும் வீட்டைவிட்டு வெளியேறி, தெற்கு பார்த்து ஓட ஆரம்பித்தேன். அய்யா மழை வேண்டி முன்பு கூத்துக் கட்டிய சண்முகநதி மணல்திட்டு வந்து உட்கார்ந்தேன். கைவிரல்களில் வலி, பசி, சலிப்பு, கண்களை இருட்டிக் கொண்டு வந்தது. அப்படியே மயங்கிச் சரிந்தேன்.

நான் கண் விழித்தபோது கீற்றுக் கொட்டைகையினுள் மூங்கில் கட்டிலில் படுக்க வைக்கப்பட்டு இருந்தேன். கைவிரல்களுக்குப் பச்சிலை கட்டப்பட்டு இருந்தது. வலி குறைந்து இருந்தது. நான் எழுந்து நடைப்பக்கம் வந்தேன். வாசல் கொழுமிச்சைமர நிழலில் குறத்திப் பெண் ஒருத்தி கூடை முறம் பின்னிக்கொண்டிருந்தாள். அழகான யுவதி. என்னைக் கண்டதும் கன்னக்குழி விழச் சிரித்தபடியே பேசினாள்.

“நாங்கள் மூங்கில சீவும் போது விரல்ல கத்தி பட்டா வேலாம் பட்டையும் வெட்டுக் கட்டாந்தழையும்தான் வெச்சுக் கட்டுவோம். சீக்கிரத்திலேயே புண் ஆறிடும். உங்களுக்கும் அதைத்தான் வெச்சுக் கட்டியிருக்கேன்.''

ஒரு மாதத்தில் கைவிரல் புண் ஆறிவிட்டது. ஆனால், மொன்னையான விரல்களைப் பார்க்கும் போதெல்லாம் எதிர்காலம் சூனியமானதுபோலத் தவித்தேன்.

அன்று வீதி வெறிச்சிட்ட மதியம். அரப்பு தேய்த்துக் குளித்த ஈரத்தலையுடன் என் அருகில் வந்து அமர்ந்த குறத்திப் பெண், எனது வலது கை மொன்னை விரல்களை வாஞ்சையாகத் தடவிக் கொடுத்தபடியே பேசினாள்.

“நீங்க பழையபடி உடுக்கக் கூத்துக் கட்டினா... உங்க கவலை எல்லாம் தீர்ந்துரும்.''

நான் குறத்திப் பெண்ணைப் புரியாமல் பார்த்தேன். அவள் மடியில் இருந்து சில மூங்கில் குச்சிகளை வெளியே எடுத்தாள். அவற்றை என் மொன்னை விரல்களில் ஒவ்வொன்றாக மோதிரத்தைப் போல மாட்டிவிட்டாள். அவை கைவிரல்போலவே இருந்தன; அசைந்தன.

“இது வெறும் மூங்கில் குச்சி இல்லை. உடுக்கைவிரல். நீங்க சாகுற காலம் வரைக்கும் உடுக்கடிக்கலாம்.

அதன் பின்னர், காலம் என்னை மாபெரும் உடுக்கடிக் கூத்துக் கலைஞனாக மாற்றியது. வானொலி மூலம் புகழ் பெற்றேன். வயோதிகம் ஆகி, கூத்துக் கட்டுவதை நிறுத்திய பின்பும் பட்டக்காரர் எனக்கு ஆதரவு கொடுத்துவந்தார். கடந்த பௌர்ணமிக்கு முன்தினம் பட்டக்காரர் இறந்து போனார். அவரின் 16ஆம் நாள் காரியம் முடிந்த நண்பகலில், அமெரிக்காவில் இருந்து வந்திருந்த பட்டக்காரரின் பேத்தி அரண்மனையும் தோட்டத்தோடு தென்னந்தோப்பு வீட்டையும் விற்க விலை பேசினாள். அந்திமக்காலத்தில் நான் மீண்டும் தெற்கு நோக்கிய பயணத்தைத் தொடங்கினேன்.

அமாவாசை தினம். இரவின் அடர்வு கூடி வந்தது. நான் மணலில் கிடந்த உடுக்கையை எடுத்து மறுபடியும் இசைக்கத் தொடங்கினேன். அண்ணமார்சாமிக் கதைப் பாடல் பிரவாகமாகப் பிறந்தது. ஒரு நிலையில் வானில் முகில் ஏறி கனமழை பொழிந்தது. சண்முகநதியில் கரைகொள்ளாத பெருவெள்ளம். மணல்திட்டு முழுகியது. என் கழுத்துமட்டத்துக்கு நீர் ஏறும்வரை நான் உடுக்கை இசைப்பதையும்

பாடுவதையும் நிறுத்தவில்லை. வெள்ளம், என்னைத் தூக்கிற்று; அடித்து இழுத்துச் சென்றது. நான் உடுக்கையை மட்டும் விடவில்லை. என் உடம்பு சிலிர்த்தது.

நடந்தது எல்லாம் வெறும் பிரமை. இயலாமையும் கோபமும் ஏற்பட்டன. சுற்றும் முற்றும் பார்த்தேன். கீழ்வானம் சிவந்து இருந்தது. நான் கீழே குனிந்து வெண்கல உடுக்கையை எடுத்தேன். உடுக்கை விரல்களையும் கழற்றினேன். இரண்டையும் ஒருசேர ஓடும் தண்ணீரில் வீசி எறிந்தேன். அவை தண்ணீரில் மிதந்து போவதை சிறிது நேரம் பார்த்துக்கொண்டிருந்தேன்.

பின்னர் பழநிமலையைக் குறிவைத்து நடந்தேன். படிக்கட்டில் ஏறி ஓர் இடத்தில் அமர்ந்தேன். என் முன்னாலும் நாணயங்கள் விழுந்தன. ஓர் உடுக்கடிக்கூத்து மகா கலைஞன் வீற்றிருக்கிறான் என உரக்கக் கத்த வேண்டும் போலத் தோன்றியது!

- ஆனந்த விகடன் 19-08-2015

தேர்த்தச்சர்

கீழ்வானில் வெள்ளி மீன் முளைத்து மேலெழுந்திருந்தது. பின்பனிக்காலத்துக் குளிரில் உடல் நடுங்கியது. நான் பச்சைநிறப் போர்வையை இழுத்துப் போர்த்தியபடி வெள்ளியம்பாளையத்து வீதியில் நுழைந்தேன். தலைச்சும்மாட்டுக்கு மேல் ஈர்க்குமார்க்கட்டு கனத்தது. கைத்தடியை நிலத்தில் ஊன்றும்போது எழும் ஓசையைத் தவிர, ஊர் நிசப்தமாகக் கிடந்தது. சத்தமிடத் தொடங்கினேன்.

“ஈய்க்கிமாரு ஆத்தோவ்... ஈய்க்கிமாரு...'' சத்தமாகக் குரலிட்டபடி எல்லா வீதிகளிலும் நுழைந்து வெளியேறினேன். ஈர்க்குமார்க் கட்டு தலைச்சும்மாட்டில் இருந்து இறக்காமலே கனத்தது. யாரும் ஓர் ஈர்க்குமார்கூட வாங்கவில்லை. களைத்துப் போனேன்.

“பித்தாசாரிக்குக் கலியாணம்... பித்தசாரிக்குக் கலியாணம்...'' என்கிற குரல் கேட்டுத் திரும்பிப் பார்த்தேன். பள்ளிக்குச் செல்லும் சிறுவர்கள், புத்தகப்பைக் கட்டுடன் நின்று என்னை வெறித்தார்கள். கோபம் தலைக்கேறியது. ஈர்க்குமார்க் கட்டை வீதியில் வீசி எறிந்தேன். கெட்ட வார்த்தையில் திட்டிக்கொண்டு, ஊன்றுகோலை ஆட்டியபடி அவர்களைத் துரத்த ஆரம்பித்தேன். ஒருநிலையில், என் கால்கள் சட்டெனப் பின்னின; தலை கிறுகிறுத்தது; கண்கள் செருகின; தடுமாறிக் கீழே விழுந்தேன்.

நான் கண்விழித்தபோது, இருட்டியிருந்தது. கோவில்பாளையம் தூக்கி வரப்பட்டு பஜனைமடத் திண்ணையில் படுக்க வைக்கப்பட்டிருந்தேன். என்னைச் சுற்றிலும் ஊர்ச்சனங்கள் திரண்டு பார்த்துக்கொண்டிருந்தனர்.

“விழுந்த வெரசல்ல இடுப்பு எலும்பே முறிஞ்சுப்போச்சு. குடுவ கீழே எறங்கிருச்சு. இனி பொழைக்க வாய்ப்பே இல்லை.''

“ஆளு ஆரு.... என்ன வெவரம்னு நாற்பது வருஷமா பித்தாசாரி வாயே தெறக்கலை. இப்ப திடீர்னு செத்துப் போனா என்ன பண்றது?

பொண்டாட்டி, புள்ளையின்னு ஏதாச்சும் இருக்குதோ என்னமோ தெரியலையே''

ஊர்சனங்கள் ஆளாளுக்கு என்னைப் பற்றி ஏதேதோ பேசினார்கள். என் நினைவுகள் பின்னோக்கி ஓடின.

மேற்கே அந்திஃ சிவப்பு வானம் சிறுகச் சிறுக கறுக்கத் தொடங்கியது. முதல் நட்சத்திரம் தெரிந்தது. சென்னிமலை அடிவார கயிலாசநாதர் கோயிலின் முழுமை பெற்ற தேரை, குருதச்சர் கடைசியாக ஒருமுறை பார்வையிட்டார். சிஷ்ய தச்சர்கள் நகர்ந்து மரக்குவியல்கள் இடையே கல் அடுப்பில் சமைக்கப்போனார்கள். ஊர் முக்கியஸ்தர்களும் கோயில் தர்மகர்த்தாவும் வந்துவிட்டனர்.

அதுவரை எட்டத்தில் நின்று தேர் வேலைப்பாடுகளைக் கவனித்துக் கொண்டிருந்த நான் புறப்பட்டேன். வீதியில் நடக்க நடக்க நானும் இதுபோல ஒரு தேரைப் பூட்டும் கனவு மனசு முழுக்க விரிந்தது.

வண்டிப் பேட்டையில் உள்ள மாமாவின் தச்சுக்கூடத்துக்குப் போனபோது, மாமா சவ்வாரி வண்டிக்குச் சக்கரம் பூட்டும் வேலையில் மும்முரமாக இருந்தார். மங்கிய வெளிச்சத்தில் ஆரக்காலை இளைப்புக் கூட்டால் சீவியபடியே கேட்டார். "தமுறு புடிக்கிறதுக்கு வெடியால இருந்து தேடுறே... ஆளைக் காணோம். எங்கடா போய்த் தொலைஞ்சே?''

"தேர் பூட்டற பக்கம்...''

மாமா வேகமாக எழுந்து என் கன்னத்தில் அறைந்தார். நான் சுதாரிப்பதற்குள் முழங்கையை மடக்கி முதுகில் நான்கைந்து குத்து விட்டார். மாமா பெண் சுந்தரி, குறுக்கே புகுந்து விலக்கிவிட முற் பட்டாள். 18 வயது திடகாத்திரத்துடன் இருந்த நான், காசநோயால் பாதிக்கப்பட்டிருந்த மாமாவை அடிக்க அதிக நேரம் பிடிக்காது. வளர்த்து ஆளாக்கிய விசுவசாத்துக்காகத் திரும்பிப் பார்க்காமல் தேரடிக்குப் போய்விட்டேன்.

அன்றிரவு அகாலத்தில் ஊரைவிட்டுக் கிளம்பிய குருதச்சருடன் நானும் சேர்ந்துகொண்டேன். 'ஒரு பெரிய தேர்த்தச்சராகத்தான் இனி இந்த ஊருக்கே திரும்பி வர வேண்டும்' என்கிற சபதத்துடன் நடந்தேன். மறுதினம் பகல் முழுவதும் நடந்து, பொழுது சாய தளவாய்ப்பட்டினத்தை அடைந்தோம். குறிஞ்சி மண்டபத்தில் பெரியதனக்காரரும் ஊர் பிரமுகர்கள் சிலரும் காத்திருந்தனர். எங்களுக்கு நீர்மோரும் பானகமும் வழங்கப்பட்டன. பெரியதனக்காரர், பசுக் கொட்டங்களைக் கடந்து மேலும் கிழக்கே கூட்டிப்போனார்.

பல்லாயிரம் காலத்துப் பழைமையில் திருநீலகண்டேஸ்வரர் சந்நிதி. இச்சி விருட்சம் முளைத்த கோபுரம். மஞ்சள் வர்ண வெயிலில் மாடப் புறாக்கள் எழுந்து சிறகடித்தன. சந்நிதியின் பின்புறம் சென்றோம். செங்கறையான்கள் ஊர்ந்து கொண்டிருந்த சிதலமான பழைய தேரைக் காட்டினார்கள். குருதச்சர் மேற்கு பார்த்து அஸ்தமனப் பொழுதை வணங்கிவிட்டுப் பேசினார்.

"நாளைக்குத் திருவாதிரை. ஈசன் பாவாளக் களியுண்ட பௌர்ணமி நாள். நாங்க வேலையை ஆரம்பிச்சுடுறோம்."

ஊர் பிரமுகர்கள் இடையே இருந்து ஒரு குரல் எழுந்தது.

"கூலி என்னன்னு பேசிருங்க. தெய்வ காரியம். பின்னால் பொல்லாப்பு வந்துரக் கூடாது."

"தட்சணைக்கு வேலைபாக்கிறது தாசி, தேர்த்தச்சன் கெடையாது."

குருதச்சர் குறிஞ்சிமண்டபத்தை நோக்கி நடந்தார். அங்கே இரவுப் படுக்கை. பெரியதனக்காரர் வீட்டில் இருந்து இரண்டு வேளை சாப்பாடு. மதியம் ஆகாரம் கிடையாது.

தேரின் முழு வரைபடமும் குருதச்சரின் மனசுக்குள்ளேயே இருந்தது. சிஷ்யதச்சர்கள் அன்றன்று செதுக்கவேண்டிய மரப்பகுதிகளில் குருதச்சர் உளிக்கோடிட்டு வைத்தார். நான் குருதச்சரையும் சிஷ்ய தச்சர்களையும் நுட்பமாகக் கவனித்துவந்தேன். தேரின் ரூபம் பிடிபட்டது. ஏழு மாதங்கள் கழிந்தன. தேர் முழுவடிவம் பெற்றது. குடை, கலசம் மட்டுமே உச்சியில் பொருத்தவேண்டியிருந்தது.

கர்ணகூடத்தில் மர அச்சுகள் மூலம் சிற்பங்களை இணைத்த நாளின் சாமத்தில் ஆழ்ந்து தூங்கிக்கொண்டிருந்த என்னை, குருதச்சர் எழுப்பினார். ஊரின் கிழக்கே ராஜவாய்க்கால் தாண்டி கூட்டிப் போனார். அங்கு லாந்தருடன் பெரிய தனக்காரரும் இரு ஆட்களும் நின்றிருந்தனர். ஐவரும் வயல் வரப்பில் இறங்கி நடந்தோம். மின்மினிகள் ஒளிர்ந்தன. தவளைகள் கத்தின.

நெடிய தென்னைகளும் மாமரங்களும் சூழ்ந்த தோப்புக்குள் நுழைந்தோம். கட்டுத்தரையில் ஒன்பது எருமைக்கிடாக்கள் வரிசையாகக் கட்டப்பட்டிருந்தன. குருதச்சர் பெரியதனக்காரரின் ஆட்களிடம் கேட்டார், "ஒன்பதும் பலிகெடாக்கள்தானா... பூச்சிக்குப் போகாததுதானா?"

"ஆமாங்க சாமீ!"

மேலும் சில அடி தூரம் நடந்தோம். தவளைச் சத்தம் கூடிற்று. கிணறு வந்தது. தொளைவாரி மேட்டில் ஏறி குருதச்சர் நின்றார். மேலே அண்ணாந்து விண்மீன்களைப் பார்த்தார்.

“அமாவாசை அன்னிக்கு, இதே சப்தரிஷி மண்டலம் உச்சியில் இருக்கிறப்போ நாம பொதையல எடுக்கிறோம்.''

யாரும் ஒன்றும் பேசவில்லை.

“அஞ்சு தலைமுறையா வெண்கலப்பானையில தங்கக்காசு தவங்கெடக்கு. யட்சி, வாதை, நீலி...னு ஒண்ணுசேந்து நாகப்பாம்பு ரூபம் எடுத்து ராப்பகலா காவல் இருக்கு. அதுகளா... நானான்னு ஒரு கை பார்த்துர்றேன்.''

நான் திடுக்கிட்டேன். குருதச்சர் ஏதோ விபரீதமான செயல்களில் இறங்குவதுபோலத் தோன்றியது. குறிஞ்சிமண்டபம் வந்தபோது சிஷ்யதச்சர்கள் ஆழ்ந்த உறக்கத்தில் இருந்தனர்.

“பொதையல் எடுக்கிறதைப் பத்தி இவனுங்க கிட்ட சொல்லாத. இவனுங்க, வெறும் சோத்து முட்டித் தச்சனுங்க. நல்லாத் திம்பானுங்க; சொன்னதைச் செய்வானுங்க; சுயபுத்தி கெடையாது. மரத்தைப் பலகையா பாக்கிறவனுங்க. அது சிற்பம், தேர்னு புரியாது. நீ அப்படி இல்லை. அதனாலதான் உன்னை எல்லா பக்கத்துக்கும் கூடவே கூட்டிப் போறேன். நீ இன்னும் சில விஷயங்கள் கத்துக்கிட்டா கைதேர்ந்த தேர்த்தச்சனாகிடுவ. கூடிய சீக்கிரம் அதையும் கத்துத்தர்றேன்.''

ஒரு வாரம் போயிருந்தது. சிஷ்யதச்சர்கள் அன்று உள்தேர்ச்சக்கரம் பூட்டும் பணியில் மும்முரமாக ஈடுபட்டிருந்தனர். காலை ஆகாரத்துக்குப் பின் குருதச்சர் என்னை மட்டும் கூட்டிக்கொண்டு பெரியதனக்காரர் வீட்டுக்குப் போனார். வெளிப்புறக் கல்மதில் எங்கும் மயில் கொன்றை முளைத்துப் பூத்து நின்றன. கலை வேலைப்பாடுகள் செய்யப்பட்ட மரத்தூண்களைக்கொண்ட வெளி ஆசாரத்தைத் தாண்டி உள்ளே போனோம். வீடு எங்கும் சலனமற்ற அமைதி. இருவரும் உள்ளே பார்த்தபடியே இருந்தோம். பெரியதனக்காரர் வந்தபாடில்லை. குருதச்சர், என்னைப் பார்த்து ஜாடை செய்தார். நான் குரல் கொடுத்தேன்.

“அரண்மனையில ஆரும் இல்லீங்களா...?''

உள் ஆசாரத்தில் கொலுசுச் சத்தம் எழுந்தது. பட்டுப்புடவையில் பெரியதனக்காரரின் பெண் வந்து தூணைப் பற்றி நின்றாள். மருதாணிப் பூவின் வாசனை. அகன்ற கரிய விழிகளை உருட்டியபடி நோக்கினாள்.

குருதச்சர் அந்தப் பெண்ணையே உற்றுப் பார்ப்பதை நான் கண்டேன். இனிமையான குரலில் பேசினாள்.

“அப்பாவும் அம்மாவும் பாப்பையன் புதூர்ல ஒரு தெறட்டிச் சீர்க்குப் போயிருக்காங்க. வந்திருவாங்க. உட்காருங்க...''

அந்தப் பெண் ஊஞ்சலை இறக்கிவிட்டாள்.

“நாங்க அப்புறமா வந்து பார்க்கிறோம்.''

வீதிக்கு வந்ததும் குருதச்சர் சொன்னார்.

“இவள் ராஜகுமாரி. திரௌபதி மாதிரி. செண்பகப் பூப்போலக் கைவிரல்கள். ஆண்டவனோட அவதரிப்பு. இவள் திரேகத்தில் இருந்து ஒரு வாசனை வீசுச்சு. நீ நுகர்ந்தியா?''

நான், ஒன்றும் புரியாமல் குருதச்சரையே பார்த்தேன்.

“சகல லட்சணங்களும் பொருந்திய பெண். இவளைச் சுகிப்பவனுக்கு நெடுநாள் வாழற யோகம் கிடைக்கும்.'

அன்று எனக்குத் தேரின் உள்சக்கர அலங்காரத் தட்டில் வேலை. மிக நுட்பமாக உளியைக் கையாள வேண்டும். என்னால் முழுக் கவனம் செலுத்த முடியவில்லை. ராஜகுமாரியின் அகன்ற கரிய விழிகளும் நீண்ட கைவிரல்களும் கண்கள் முன்னே தோன்றியபடியே இருந்தன. குருதச்சர் சொன்ன வாக்கியமும் காதில் ஒலித்தபடியே இருந்தது.

இளமதியத்தில் பெரியதனக்காரர் ஆட்களுடன் வந்தார். தெற்கே அமராவதி ஆற்றங்கரையை அடைந்தோம். இருமருங்கு நீர்க் கரையெங்கும் வெள்வேலாமரச் செறிவு கொண்ட வனம். நாவல் மரப் பூவில் கருந்தும்பிகளின் ரீங்கரிப்பு. நிழல் படர்ந்த தடம். சருகுகளை மிதித்தபடிக் குருதச்சர் எட்டப் போய்க்கொண்டே இருந்தார். கீரிகள் வெறித்தபடி இடம் மாறின. சேவேறிய ஒரு மரத்தைக் கண்டதும் குருதச்சர் நின்றார். அந்த மரத்தின் இலைகள் அடர் பச்சையில் ஈயக்காசுபோல உராய்ந்து சலசலத்தன.

“ஆகா... நான் தேடிட்டு இருந்த ஆத்திமரம் கெடைச்சிருச்சு. அர்ஜூனன் கம்கட்டுல இடியத் தாங்கிக்கிற மாதிரி... இந்த ஆத்தியும் நீர் இடி, நெருப்பு இடி ரெண்டையுமே தாங்கிக்கும். இதுல பேழை செஞ்சு புதையலை வெச்சுட்டா, அப்புறம் எந்தத் துர்சக்தியும் அதை நெருங்க முடியாது.''

குருதச்சர், சின்னக் குழந்தைபோலk குதூகலமாகச் சிரித்தபடி என் பக்கம் திரும்பினார்.

"நீதான் ஆத்திமரத்தை இளைச்சுப் பேழை செய்யப்போறே. வர்ற அமாவாசைக்குள்ள முடிக்கணும்."

நாங்கள் திரும்பி ஆற்றங்கரைக்கு வந்தவுடன் பெரியதனக்காரரும் ஆட்களும் போய்விட்டனர். குருதச்சர் கீழே குனிந்து, ஈரமணலில் விரலால் கோடு கிழித்துப் பேழையின் வரைபடத்தை வரைந்து காட்டினார். நான் உற்றுப் பார்த்து மனதில் இருத்திக்கொண்டேன். நீர்க்காக்கைக் கூட்டம் கரைந்தபடிப் பறந்து போயிற்று. குருதச்சர் அதே இடத்தில் சப்பணமிட்டு அமர்ந்து திடீரெனப் பேசினார்.

"இந்த இடம் நல்ல இடம். நான் உனக்கு வர்ற அமாவாசைக்குள்ள வசிய மந்திரத்தைக் கத்துத்தரபோறேன். நீ வசிய மந்திரத்தை முறையாகக் கத்துக்கிட்டா யாரை வேணும்னாலும் வசியப்படுத்தலாம்."

நானும் குருதச்சர் எதிரில் அமர்ந்தேன். முதல் பாடம் தொடங்கிற்று. முதலில் என்னால் மனதை ஒருமுகப்படுத்த முடியவில்லை. மந்திரங் களை உச்சரிக்க மிகவும் சிரமப்பட்டேன். ஒவ்வொரு சந்தியா வேளையிலும் இதே இடத்துக்குக் கூட்டிவந்து சொல்லிக்கொடுத்தார். நாட்கள் செல்ல செல்ல மந்திரமும் மன ஒருமைப்பாடும் கைவரப் பெற்றன.

அதே சமயம் பகலில் பெரியதனக்காரர் வீட்டின் பின்கட்டு ஆசாரத்தில் அமர்ந்து ரகசியமாக ஆத்திமரப் பேழை செதுக்குவதில் ஈடுபட்டேன். பச்சை ஆத்திமரம், வெட்டிப் போட்டு பல வருஷங்கள் ஆனதுபோல சேவேறி இறுகிக் கிடந்தது. உளி தெறித்து எகிறியது.

இந்தக் கடினமான வேலையின் ஊடேயும் என் மனம் ராஜகுமாரியின் மருதாணிப் பூவின் வாசனைக்காக ஏங்கித் தவித்தது. உள் ஆசாராத்துக்குள் கொலுசுச் சத்தமோ, சிரிப்பு ஒலியோ கேட்கும் போதெல்லாம் மனம் படபடத்தது. வாழை இலையில் ராஜகுமாரி மதிய உணவு பரிமாறும்போது நான் அவளின் அகன்ற கரிய விழிகளை நோக்கியபடி, வசிய மந்திரத்தைப் பூரணமாகக் கற்றுத் தேர்ந்தவுடன் என் முதல் வசியம் இந்த ராஜகுமாரிதான் எனத் தீர்மானித்துக் கொண்டேன். என்னை எல்லா நேரமும் ராஜகுமாரியின் நினைவு அலைக்கழித்தது.

ஒருவழியாகப் 12 நாட்களில் நான் ஆத்திமரப் பேழையை, குருதச்சர் சொன்னதுபோலச் செய்து முடித்தேன். நோட்டமிட்ட குருதச்சர், முழுத் திருப்தி ஏற்பட்டதுபோலச் சிரித்தபடி நகர்ந்தார். அதேநேரம் அன்று தேரடிக்குப் போன குருதச்சர், கோபத்தில் சிஷ்யதச்சர்களைத்

திட்டித் தீர்த்தார். தேரின் மையப் பகுதியான சிம்மாசனம், தேவாசனம், விஸ்தாரத்தட்டு ஆகிய மூன்று பகுதிகளையும் கழற்றி வீசி எறிந்தார். எல்லோரும் பயந்து போனோம். அவற்றை வேறு மரத்தில் இழைத்துத் திரும்பப் பூட்டும்படி உத்தரவிட்டார். என்னை மட்டும் பின்தொடரச் சொல்லிவிட்டு, கிழக்கே அறுவடை முடிந்த வயலில் இறங்கினார். தாளின் அடிக்கற்றைகளை மிதித்தபடிக் குறுக்கு வழியாக நடந்து தோப்பை அடைந்தார். கட்டுத்தரையில் அசைவாங்கி நின்ற ஒன்பது எருமைக்கிடாக்களையும் ஆட்களுடன் பார்வையிட்டுக்கொண்டிருந்த பெரியதனக்காரர் எங்களைப் புரியாமல் பார்த்தார்.

"தேர் வேலை தாமதப்படுதுங்க. நாம பொதையல எடுக்கிறதை அடுத்த அமாவாசைக்கு வெச்சுக்கலாங்க.''

பெரியதனக்காரர், மறுப்பு ஏதும் பேசாமல் ஆமோதிப்பதுபோல் தலை அசைத்தார். தோப்பில் இருந்து தெற்கே நடந்து அமராவதி ஆற்றுக்கு என்னைக் கூட்டிப்போனார் குருதச்சர். பொழுது இறங்கி லேசான வெளிச்சம் மட்டுமே இருந்தது. ஈரமணல் திட்டாங்கரையில் குருதச்சர் வடக்கு முகமாகப் பத்மாசனம் போட்டு அமர்ந்தார். எதிரில் என்னை அமரச் செய்தார். என் புருவ மத்தியை விரலால் நீவியபடியே வசிய மந்திரத்தின் இறுதிப் பகுதியை ஓதினார். எனக்குள் ஒருவித அதிர்வு, நடுக்கம். எழுந்து ஊர்ப் பாதையில் நடந்தோம் இலகுவாக இருந்தது. வழியில் படம் விரித்துச் சீறிய நாகப்பாம்பின் மீது என்னை வசிய மந்திரத்தைப் பிரயோகிக்கச் சொன்னார் குருதச்சர். நான் மந்திரத்தை உச்சரித்தேன். நாகம் செத்ததுபோல மடிந்து விழுந்தது.

"காலங்காத்தால வந்து இதை எழுப்பு. இப்ப கெடக்கட்டும். வா போகலாம்.''

மறுநாள் இருள் விலகுவதற்கு முன்பே எழுந்து வந்து பாம்பைப் பார்த்தேன். பாம்பு அதே இடத்தில் அப்படியே செத்தது போலவே கிடந்தது. நான் வசிய மந்திரத்தின் கட்டுவளையத்தை உடைக்கும் பகுதியை ஓதினேன். பாம்பு எழுந்து ஊர்ந்து நகர்ந்தது. அடுத்தடுத்த நாட்களில் நான் வசிய மந்திரத்தை இதர பிராணிகளிடம் பிரயோகித்துச் சோதித்துக்கொண்டேன். அவை மயங்கிச் சரிந்து, பின் எழுந்து இயல்பாகும்போது அண்டமே எனக்குள் கட்டுண்டது போலத் திமிர் கொண்டேன். விரைவில் ராஜகுமாரியும் என் வசிய மந்திரத்துக்குக் கட்டுப்பட்டு என் காலடியில் வீழ்ந்துகிடப்பாள் என்பதில் எனக்கு எள்ளளவும் சந்தேகம் இல்லை. சரியான சந்தர்ப்பத்துக்காகக் காத்திருந்தேன்.

அந்த நாளும் வந்தது.

அன்று மாசி அமாவாசை. அந்தி சாயும் வேளை. குருதச்சர் தடுக்கை அகற்றி பூர்த்தியடைந்த தேரை பெரியதனக்காரருக்கும் ஊர் முக்கியஸ்தர்களுக்கும் காட்டினார். யாளி, ரதி_மன்மதன், தட்சிணாமூர்த்தி, துவாரபாலகர்கள்... என நுணுக்கமான சிற்ப வேலைபாடுகளுடன் 60 அடி உயரத்தில் ராஜப்பொலிவுடன் நின்றது தேர். இருள் கவிந்ததும் சிஷ்ய தச்சர்கள் உறங்கப் போனார்கள். குருதச்சர் ஆற்றுக்குக் குளிக்கப் போனார். மடுவில் குதித்து நீந்தியபடியே என்னிடம் சொன்னார்...

“வாதையா... யட்சியா... நீலியா... மாறி மாறி நின்னு புதையலைக் காவல் காக்குது பூதசக்தி. அந்தப் பூதசக்தியைச் சாந்தப்படுத்துறது அவ்வளவு சுலபம் இல்லை. புதையலை எடுக்கிறப்ப எப்படியும் பூதசக்தி மீறிரும். ஒரு உயிரைக் காவுவாங்கிரும்.''

நான் குருதச்சரைக் குழப்பத்துடன் பார்த்தேன்.

“அந்த ஒரு உயிர் யாருங்கிற புதிர், அந்தப் பூதசக்திக்கு மட்டும் தான் தெரியும்.''

குருதச்சர், நீர் சொட்ட சொட்டக் கரையேறி வந்து உடைமாற்றினார். தோப்பை அடையும் வரை எதுவும் பேசவில்லை. தீப்பந்த வெளிச்சத்தில் பெரியதனக்காரரும் ஆட்களும் காத்திருந்தனர். பூஜைப் பொருட்கள் பரப்பப்பட்டதும் குருதச்சர் கிழக்கு பார்த்து சித்தாசனத்தில் அமர்ந்து மந்திரத்தில் மூழ்கினார். ஒன்பது எருமைக் கிடாக்களும் பலியிடத் தயார்படுத்தப்பட்டன. திடீரென, அந்தப் பகுதியே வெற்றிடத் தொனி பூண்டது.

முதல் சாமம் ஆனதும் நான் நகர்ந்து வயல் வரப்பில் இறங்கினேன். கோடைச்சம்பா நடவுக்கான நாற்றங்கால் ஓரம் நீர்ப்பாம்புகள் தாவின. ஊரின் கல்தீபத்தூண் வெளிச்சத்தை இலக்குவைத்து நடந்தேன். உள்ளுக்குள் பதற்றமாக இருந்தது. பெரியதனக்காரர் வீட்டின் மதிற்கதவைத் திறந்து உள் நுழைந்தேன். வீடெங்கும் நிசப்தம். வெளித் திண்ணை ஏறி உள்ளே எட்டிப் பார்த்தேன். அகல்விளக்கு ஒளியில் ஆசாரத்து ஊஞ்சலில் ராஜகுமாரி உட்கார்ந்திருந்தாள். ராமபாணப் பூ சூடியிருந்தாள். ராஜகுமாரி என்னைக் கவனிக்கவில்லை. நான் ஒரு கணம் மனத்தை ஒருமுகப்படுத்தி வசிய மந்திரத்தை மனத்துக்குள்ளேயே உச்சரிக்கத் தொடங்கினேன். ராஜகுமாரி சிறிதும் சலனம் அடையவில்லை. நான் மந்திரத்தை மீண்டும் அழுத்தமாக

உச்சரித்தேன். நாகங்கள் சீறின; சிம்மங்கள் கர்ஜித்தன; நந்திகள் தத்தம் கொம்பை மண்ணில் குத்தி வாரின. நான் திடுக்கிட்டேன். உடல் முழுவதும் வியர்த்து ஒழுகியது. கட்டுடைக்கும் மந்திரத்தை ஓதி அவற்றை விரட்டினேன்.

அதே கணத்தில் ராஜகுமாரி சட்டென எழுந்து, கொலுசு அதிர நடந்து பின்கட்டு நடையைத் திறந்தாள். வீதியில் இறங்கி மேற்கு நோக்கி நடந்தாள். ராஜகுமாரி, யாரையோ பின்தொடர்ந்து செல்வதுபோலவே இருந்தது. நடையில் ஓர் அசுர வேகம். நான் பின்தொடர ஓடினேன். ஊர், ஜீவராசிகளே இல்லாததுபோலக் கிடந்தது. ஊரைக் கடந்து தரிசில் ஓடினாள். வாடைக் குளிர்க்காற்றில் மருதாணிப் பூவின் நறுமணம், உச்சிவானில் பளீரென மின்னல், கனத்த இடி, கருத்த முகில்கள் சூழ்ந்திருந்தன. கார் மழைத்துளி சடசடவென இறங்கிற்று. ராஜகுமாரி, பாறைக்குன்றின் மீது ஏறி நின்றாள்.

"வா... வந்துட்டியா... உட்கார்'' இருளில் அசரீரிபோல ஒரு கம்பீரக் குரல்.

ராஜகுமாரி, பெரும்பாறை நடுவில் சப்பணமிட்டு உட்கார்ந்தாள். எனக்குத் திகிலில் மனசு படபடத்தது. சுற்றுமுற்றும் பார்த்தேன். ராஜகுமாரி எதிரில் குருதச்சர் வந்து நின்றார். மழை, மேலும் அடர்ந்தது. எனக்குக் கோபம் தலைக்கேறியது.

"நீ ஓர் ஏமாத்துக்காரன்... வசிய மந்திரத்தை தப்பா சொல்லிக் கொடுத்திருக்கே.''

குருதச்சர் கடகடவெனச் சிரித்தார்.

"தேர்ச்சிற்பம் செதுக்கும்போது தேர்த்தச்சனுக்கு சந்தேகம் எழும். அப்போது வசிய மந்திரத்தை உபயோகித்து, நாம செதுக்கும் சிற்பத்தோட உருவத்தைக் கண் முன்னால கொண்டு வரலாம். யாளியை நெனைச்சா யாளி வரும், சிம்மத்தை நெனைச்சா சிம்மம் வரும், நந்தியை நெனைச்சா நந்தி வரும், கன்னியை நெனைச்சா கன்னி வரும். தெய்வத்தை நெனைச்சா தெய்வம் வரும். அதுக்கு தெய்வ பக்தியும் மன ஒன்றிப்பும் வேணும்.''

"நான் ராஜகுமாரியை நெனைச்சேன். ஏன் வரலை?''

"நீ காமாந்தரமாக நெனைச்சிருப்பே.''

"உங்களுக்கு வந்திருக்கிறாளே?''

குருதச்சர் மீண்டும் பலமாகச் சிரித்தார்.

“நான் ராஜகுமாரியை ьசுகிக்க இங்க வரவழைக்கலை. பொதையலை எடுத்து ஆத்திமரப் பேழைக்குக் கொண்டுவரும்போது, நான் கட்டிப் போட்டிருக்கிற பூதசக்தி என்னையும் மீறித் தப்பிக்கும். அப்போ வீட்டுக்குள்ள இருக்கிற கன்னிப் பெண் மீது ஏறக்கூடிய சாத்தியம் இருக்கு. அந்த நேரத்துல ராஜகுமாரி அங்க இருக்கக் கூடாது. அதனாலதான் இங்கே கூட்டி வந்தேன். என்னோட பாதுகாப்பு வளையத்துக்குள்ள கட்டிவெச்சுட்டுப் போய்ப் பொதையலை எடுப்பேன்.’’

“சுத்தப் பொய்.’’

“சித்த நேரம் கழிச்சு நீயே நிஜத்தைத் தெரிஞ்சுக்குவ.’’

“நான் குருதச்சர் சொன்னதை நம்பத் தயாராக இல்லை. சற்றுத் தள்ளி ராஜகுமாரி இன்னும் மயங்கிய நிலையிலேயே அமர்ந்திருந்தாள். திடீரென மழையும் நின்றுவிட்டது. ராஜகுமாரி எனக்கு வேண்டும். குருதச்சரை நான் காலால் எட்டி உதைத்துக் கீழே தள்ளினேன். ஓங்கி ஆம்பாட்டில் மிதித்தேன். குருதச்சருக்கு, கழுத்து தொங்கிற்று. சுவாசம் இல்லை. பாறை விளிம்புக்குத் தூக்கிப்போனேன். கீழே சங்க முட்புதருக்குள் வீசி எறிந்தேன்.

மெதுவாக ராஜகுமாரி இருக்கும் இடத்துக்கு வந்தேன். ராஜ குமாரியைக் காணவில்லை. நாற்புறமும் தேடினேன். கிழக்கே கொலுசுச் சத்தம் கேட்டது. நானும் கிழக்கே ஓடினேன். மின்னல் வெளிச்சத்தில் ராஜகுமாரி ஊரை நோக்கி ஓடிக்கொண்டிருப்பது தெரிந்தது. எதிரில் பல நூறு தீப்பந்தங்களின் அசைவுகள் முன்னேறி வந்தன. நான் தப்பித்தாக வேண்டும். பாறைக்குன்றின் மறுபுறத்தை நோக்கி ஓட எத்தனித்தேன். காலடியில் ஏதோ இடறியது. குனிந்து எடுத்தேன். பழங்கால ஏட்டுச் சுவடி. மீண்டும் மழை கனத்து இறங்கியது. ஆள்காட்டி, மருகி மருகிக் கத்தி என்னைப் பின்தொடர்ந்தது.

அடுத்த இரு தினங்களும் பகலில் பாழடைந்த கோயிலில் படுத்துறங்கிவிட்டு, இரவில் ஒளிந்து ஒளிந்து நடந்தேன். சென்னிமலை வண்டிப்பேட்டை போய்ச் சேர்ந்தபோது மாமா எதுவும் பேசவில்லை. சுந்தரியும் எதுவும் பேசாமல் சாப்பாடு பரிமாறினாள். வைகாசி பிறந்ததும் மாமா எனக்கும் சுந்தரிக்கும் கல்யாண ஏற்பாடு செய்தார். விடிந்தால் மலைக்கோயிலில் கல்யாணம். கோழி கூப்பிட சுந்தரி எதிர்பட்டறைப் பையனோடு ஓடிப்போய்விட்டாள். அன்று இளமதியம் பட்டறையிலேயே மாமா நாண்டுகொண்டார். அவரின்

16ஆம் நாள் காரியம் முடிந்த பின், பிராட்டியம்மன் கோயில் கல்தீபத்தூண் திண்ணையிலேயே நான் சதா படுத்துக்கிடந்தேன். பைத்தியக்காரன்போல என் தோற்றம் உருமாறிவிட்டது. ஒருநாள் பள்ளிக்கூடத்துப் பையன்கள் எதிரில் வந்து நின்று கத்தினார்கள்...

“பித்தாசாரிக்குக் கலியாணம்... பித்தாசாரிக்குக் கலியாணம்...''

நான் ஆத்திரத்துடன் எழுந்து அவர்களைத் துரத்த ஆரம்பித்தேன். வீதியில் ஓடி மறையும் அவர்கள், ஒரு மழை நாளில் திரும்பத் திரும்பக் கத்தினார்கள். நான் கல்லை எடுத்து எறிந்தேன். கல் ஒரு சிறுவனின் பின் மண்டையைத் தாக்கிற்று. ரத்தம் சொட்ட சொட்ட அவன் கீழேவிழுந்து துடிதுடித்தான். நான் ஊரைவிட்டு வடக்கே ஓட ஆரம்பித்தேன்.

குருதச்சரின் ‘தேர்ச்சுவடி’ மட்டுமே எனக்குத் துணை. நிறையக் கோயில்களுக்குச் சென்று தேர்களைப் பார்வையிட்டேன். என் கண்களுக்குத் தேரைத் தவிர வேறு எதுவும் தெரியாது. தேரடிதான் என் வாழ்க்கை. தேர் பைத்தியம் ஆனேன். 40 வருடங்கள் சுற்றி அலைந்துவிட்டு, ஒரு சாயங்காலத்தில் தளவாய்ப்பட்டினம் வந்து சேர்ந்தேன். ‘ஊர்ப் பிரச்னையால் நாங்கள் பூட்டிய திருநீலகண்டேஸ்வரர் தேர் ஓடுவது இல்லை’ என்றார்கள். பெரியதனக்காரர் வீட்டுக்குச் சென்றேன். ஆசாரம் எங்கும் புத்தக அலமாரிகள். கண்ணாடிபோட்ட ஒரு பெண்மணி என்னை ஏறிட்டுப் பார்த்தாள்.

“பெரியதனக்காரர்... ராஜகுமாரி.''

“இது லைப்ரரி... ஊருக்குள்ள கேளுங்க.''

நான் மீண்டும் வடக்கு நோக்கிய ஒரு யாத்திரையைத் தொடங்கினேன். வெயிலில் நிற்காத நடை இந்தக் கோவில்பாளையம் வந்தபோதுதான் என் கால்கள் ஓய்ந்தன. பசி மயக்கம் கண்களைச் செருக, கீழே விழுந்தேன். கண் விழித்தபோது நூல் புடைவையில் நின்ற ஒரு பெண்மணி, பித்தளைக் குடத்தில் இருந்து தண்ணீரை என் மீது ஊற்றிக் கொண்டிருந்தாள். செண்பகப் பூவின் கைவிரல்கள் அகன்ற கரியவிழிகள்.

“ராஜகுமாரி... ராஜகுமாரி...'' என்னை அறியாமல் நான் முணுமுணுத்தேன்.

ஊர்சனங்கள் பஜனை மடத்துத் திண்ணையில் ஆங்காங்கே தூக்கச் சடவுடன் அமர்ந்திருந்தனர். என் சுவாசம் கடினமாகிப் பெருமூச்சாக

மாறிற்று. மணியக்காரர், என் அருணாக்கயிற்றில் முடிந்திருந்த தேர்ச்சுவடியைக் கழற்றினார்.

"மாட வீட்டு அய்யனையும் ஆத்தாவையும் போய்க் கூட்டிட்டு வாங்க. ஊரிலேயே அவுங்கதான் வயசானவங்க. ஏதாச்சும் தெரியுதான்னு கேப்போம்.''

கொஞ்ச நேரத்தில் ராஜகுமாரியும் அவளின் வீட்டுக்காரரும் வந்து என்னைப் பார்த்தனர். மணியக்காரர் தேர்ச்சுவடியை நீட்டினார். ராஜகுமாரி செண்பகப்பூ போன்ற கைவிரல்களால் தேர்ச்சுவடியைப் பிரித்தாள். அதிர்ச்சியுடன் ஊர்ச்சனங்களைப் பார்த்துக் கேட்டாள்.

"இது எப்படி இவருகிட்ட வந்திச்சு?''

"இந்த மாதிரி சுவடி, தேர் செய்றவங்ககிட்ட மட்டும்தான் இருக்கும். இவரும் ஒரு தேர்த்தச்சராத்தான் இருப்பார். ரொம்ப நாளைக்கு முன்னால எங்க ஊருக்கு வந்த ஒரு தேர்த்தச்சர் இதுமாதிரி ஒரு சுவடி வெச்சிருந்ததை நான் பார்த்திருக்கேன். அந்தத் தேர்த்தச்சர், எங்க தோப்பு வயல்ல புதையல் எடுக்கிறேன்னு எடுத்து, பூதசக்தியால் கொல்லப்பட்டுட்டார். அந்தப் பூதசக்தி, என்னைக் கூட அன்னிக்கு ஊருக்கு மேற்கே பாறைக்குன்று வரைக்கும் இழுத்துட்டுப் போயிருச்சு. நல்லவேளை நான் தப்பிச்சுட்டேன்.''

ஊர்சனங்கள், ராஜகுமாரியையே பார்த்துக்கொண்டிருந்தனர்.

"இவங்க எல்லாம் ஒரு மகான் மாதிரி. வெளியில் காட்டிக்க மாட்டாங்க. நாமதான் உணர்ந்துக்கணும். இவரை நாமதான் நல்லடக்கம் செய்யணும்.''

நான் ராஜகுமாரியைக் கையெடுத்துக் கும்பிட முயன்றேன். என் கண்களில் இருந்து நீர் பெருகி வழிந்தது.!

- ஆனந்த விகடன் *18-02-2015*

பீடி

முற்பகலில் வீதி நிசப்தமாக இருந்தது. முல்லைக் கொடியேறிய தென்னங்கீற்றுப் பந்தலினடியில் அப்பா மட்டும் நின்றிருந்தார். பந்தக்காலில் சித்தியின் கறுநாயைப் பிடித்துக் கட்டிவைத்திருந்தார்கள். இவனைக் கண்டதும் நாய் வாசல்தரையில் சங்கிலி உராயத் தாவிக் குரைத்தது. குரைப்பொலி கேட்டு அம்மாவும் அக்காவும் நடைப்பக்கம் வந்து எட்டிப் பார்த்தனர்.

அப்பா இவனை ஆசாரத்துக்குள் கூட்டிப் போனார். பாதி இருட்டும் பாதி வெளிச்சமுமான தூண்களின் இடைவெளியில் சித்தி தெரிந்தாள். இவனால் சித்தியை நெருங்கிப் பார்க்க முடியவில்லை. மெல்ல அசையும் கால்களை மட்டும் ஒரு கணம் நோக்கினான். மிஞ்சி விரல்கள், மஞ்சள் பூசிய பாதங்கள். இவன் பார்வையை வேறுபக்கம் திருப்பிக்கொண்டான். அதற்குமேல் அங்கு நிற்க முடியவில்லை. நீர்த் திரையிட்ட விழிகளைத் துடைத்துக்கொண்டான். விரைந்து திண்ணைக்கு வந்தான். பின்தொடர்ந்து வந்து அப்பா மெதுவாகப் பேசினார்.

"மாப்பிள்ளை தலைவரக் கூட்டிவரப் போயிருக்கார்... தலைவர் வந்ததும் கீழே எறக்கீறலாம். போலீஸ் கேஸூ அது இதுன்னு ஆகறதுக்குள்ள சட்டுபுட்டுன்னு எடுத்தறலாம்... அதுக்கு முன்னால நீ போய் சித்தப்பனக் கூட்டிட்டு வந்துரு... நாலு சனம் வரும்போது கைநீட்ட ஆள் வேண்டாமா...?"

"நாம் போயீ கூப்பிட்டா சித்தப்பா வருவாரா?"

"நீ போனா மட்டுந்தான் உங்க சித்தப்பன் வருவான்..."

அப்பா வெளியூர் உறவினர்களுக்குத் தகவல் சொல்ல தொலைபேசிப் பக்கம் போனார். நாய் மறுபடியும் சங்கிலியை இழுத்துக் கொண்டு வெறி மின்னும் கண்களுடன் மூர்க்கமாகக் குரைத்தது. இவன் வேட்டியை மடித்துக் கட்டினான். வீதியில் இறங்கி நடந்தான்.

பங்காளிகள் சிலர் எதிரில் வந்தனர். சாம்ப வண்ணான் வீட்டுத் திண்ணையில் அவரின் மருமகள் தொட்டில் குழந்தையை உறங்கச் செய்யத் தாலாட்டுப் பாடிக் கொண்டிருந்தாள்.

இவன் ஊரைக் கடந்து வடக்கே நடந்தான். முனியப்பர் காலப் பழைமையுடன் தனித்து நின்றார். காலடியில் நிழல் குறுகலாயிற்று. சித்தப்பா தோட்டத்திற்குச் செல்லும் புதைமணல் இட்டேரியில் உடும்பு ஊர்ந்து சென்றது. ஒரு மொடக்கில் திரும்பியதும் கிளுவை வேலியில் தழை கடித்துக்கொண்டிருந்த வெள்ளாடுகள் மிரண்டு ஓடின. நிழலிலிருந்து கவையை ஊன்றி எழுந்த ரெங்க மாதாரி வெள்ளாடுகளைத் தடுத்து நிறுத்தினார். கூன் முதுகை நிமிர்த்தி இவனை உற்றுப் பார்த்தார். இவனை அடையாளம் தெரியவில்லை.

“சாமீ... ஆருன்னு சொல்லலையே... வடக்கே போகுது இந்நேரத்துல... எனக்கு ஒரு சகாயம் பண்ணனும்...''

இவன் நின்றான்.

“பீடி இருந்தா ஒண்ணு குடுக்கணும்... ராஜாங்கம் நல்லா இருப்பீங்க...''

ரெங்க மாதாரிக்குக் காது கேட்காது. இவன் பீடி இல்லை என்பதை ஜாடையாகக் காட்டினான். விலகி நடந்தான். கோடை முகில்கள் திடீரெனச் சூரிய வெளிச்சத்தை மறைத்தவாறு மிதந்து சென்றன. பீடியைப் பற்றி எண்ணியதும் ஏனோ சித்தியின் முகம் ஞாபகத்தில் வந்தது. நினைவுகள் சட்டெனு இளம்பிராயத்திற்குத் தாவின.

அப்போது இவன் உள்ளூர்ப் பள்ளிக்கூடத்தில் ஐந்தாம் வகுப்பு படித்துக்கொண்டிருந்தான். முழுப் பரீட்சைக்கு இன்னும் ஒரு மாதமே பாக்கியிருந்தது. ஆறாம் வகுப்புக்குத் தாயம்பாளையம் போக வேண்டும். பேருந்து செல்லாத மண்சாலை. நான்கு மைல் தூரம். சைக்கிள் பழகினால் மட்டுமே மேலே படிக்கச் சாத்தியம் உண்டு. இவன் வகுப்புப் பையன்களில் சிலர் சட்டத்தில் ஏறி மிதிக்குமளவுக்குப் பழகிவிட்டார்கள். இவன் கொரங்கு பிடல். தொத்துக்கால் போட்டு உந்திக்கொண்டிருந்தான். பிடலில் கால் தூக்கி வைத்து அழுத்தினால் போதும் கேன்ட்பார் உலட்ட ஆரம்பித்துவிடும். இதுவரை ஒருமுறைகூட முழுச்சுற்று சுற்ற முடியவில்லை. வரும் சனி, ஞாயிறில் எப்படியாவது சைக்கிள் பழகியே தீருவது என வைராக்கியமாக இருந்தான். வெள்ளிக்கிழமை சாயங்காலம் பள்ளி விட்டு வீட்டுக்கு வந்தபோது அப்பாவின் சைக்கிள் பஞ்சர் ஆகி வாசலில் நின்றது. திண்ணைக் கயிற்றுக் கட்டிலில் உட்கார்ந்திருந்த அப்பா சொன்னார்.

“டியூப் வெடிச்சுப் போச்சுறா... செவ்வாக்கெழமை தாராபுரம் சந்தையில மொளகா போட்டுட்டு வாங்கிட்டு வாறேன்...''

மறுதினம் பொழுது கிளம்பியிருந்தது. கூரை மீது சிட்டுக் குருவிகளின் கிறீச்சொலி கேட்டது. இவன் எழுந்து திண்ணையில் வந்து அமர்ந்தான். வாசலில் நின்றிருந்த அப்பாவின் சைக்கிளைப் பார்த்ததும் சைக்கிள் ஓட்டப் போக முடியாத ஏக்கம் மனசெங்கும் கவிந்தது. அழுகை பீறிட்டது. கேவல் எழுந்து மூச்சு இழுத்தது. அப்போது குடம் தளும்பத் தண்ணீருடன் வாசற்படியேறிய அம்மா இவனைத் திட்டினாள்.

“எனக்குன்னு வந்து பொறந்திருக்கு பாரு... இப்பிடி ஒரு பய்யன்... சைக்கிள் பஞ்சர் ஆனதுக்கு நான் என்னடா பண்ணறது...?''

“அப்ப வாடகைச் சைக்கிள் எடுத்துக்கறேன் காசு குடு...''

அம்மா மேலும் திட்டிவிட்டு வீட்டுக்குள் போனாள். செலவுப் பெட்டியிலிருந்து இரண்டு ரூபாய் நாணயத்தை எடுத்துவந்து இவனிடம் கொடுத்தாள். இவன் ஊர்க் கிழகோடிக்கு ஓடினான். சைக்கிள் கடைக்காரரிடம் காசை நீட்டிக் கேட்டான்.

கடைக்காரர் இவனை மேலும் கீழும் பார்த்தார்.

“நீ கொரங்கு பிடலா...? சட்டமா..?''

“கொரங்கு பிடல்...''

“சட்டத்தில் ஓட்டத் தெரிஞ்சாத்தான் நாஞ் சைக்கிள் குடுப்பேன்...''

இவன் நிராசையுடன் வீதியில் வந்துகொண்டிருந்தான். கண்களில் நீர் முட்டித் தேங்கிவிட்டது. அந்தச் சமயத்தில் சித்தப்பா கரைவெளி வயலுக்குச் சேற்று உழவு ஓட்ட எருதுகளுடன் எதிரில் வந்தார். இவன் அழுதுகொண்டு வருவதை நின்று விசாரித்துவிட்டுச் சொன்னார்.

“அடப் பொழையாப் பய்யனே... எஞ்சைக்கிள் வூட்டுல சும்மாதாங் கெடக்குது... உங்க சித்திகிட்ட சொல்லிட்டு எடுத்துப் போயி ஓட்டு...''

சித்தப்பாவுக்குக் கல்யாணம் ஆன புதிது. சித்தியுடன் இவன் பேசியதேயில்லை. இவனுக்குச் செல்லத் தயக்கமா இருந்தது. சைக்கிள் பழகும் ஆசையின் காரணமாகச் சென்றான். ஊரிலேயே மச்சுவீடு சித்தப்பாவுடையது. முன் வாசற்படி ஏறி உள்ளே போனான். ஆசாரத்தில் யாரையுமே காணவில்லை. நடு முற்றத்தில் சைக்கிள் நிறுத்தப்பட்டிருந்தது. ஹெர்குலிஸ் சைக்கிள் புழுதி படிந்து கிடந்தது. பச்சை வண்ண உறைபோட்ட இருக்கை. பின்கட்டு நடைதிறந்திருக்க

மொந்தை வாழைமரப் புடையுடன் தெரிந்தது. வீட்டின் எந்த மூலையிலும் ஆள் நடமாடும் வலியே இல்லை.

இவன் சித்தியைத் தேடியபடி ஒவ்வோர் அறையாகப் பார்த்துக் கொண்டு வந்தான். அப்போது உள் அறை ஜன்னல் ஒன்றிலிருந்து புகை கசிந்தது. இவனுக்குச் சந்தேகம் எழுந்தது. பயமாகவும் இருந்தது. உள் அறையிலிருந்து எதற்காகப் புகை வர வேண்டும் எனச் சிறிது நேரம் நின்று யோசித்தான். பின் தைரியத்தை வர வழைத்துக்கொண்டு சத்தமில்லாமல் நடந்து போய் ஜன்னல் கம்பிக்குள்ளே எட்டிப் பார்த்தான். தேக்கு மர நாற்காலியில் அமர்ந்து சித்தி பீடி குடித்துக் கொண்டிருந்தாள். கண்களை மூடி லயித்திருந்தாள். மூக்கிலிருந்து புகை விட்டாள். வலது கை விரலிடுக்கில், அப்பா எல்லாம் பிடித்திருப்பது போலவே பீடியைப் பிடித்திருந்தாள். இவனுக்கு அதிர்ச்சியையும் மீறி சிறு அச்சம் ஏற்பட்டது. திரும்பிப் போய்விட நினைத்து நகர்ந்தான்.

"இளங்கோ... இளங்கோ..."

கம்பீரமான சித்தியின் குரல் இவனை மீண்டும் அழைத்தது.

"உள்ளே வாடா..."

இவன் பயந்தபடியே உள்ளே சென்று சித்தியின் முன்னே நின்றான். லேசாக நடுக்க மெடுத்தது. அறையெங்கும் பீடி வாசனை. புகை சூழ்ந்து ஜன்னலை நோக்கி வெளியேறிக்கொண்டிருந்தது. சித்தி கடைசி தம்மையும் உறிஞ்சிவிட்டுப் பீடிக் கங்கை நாற்காலிக் கைப்பிடியில் நசுக்கி அணைத்தாள். வாயிலிருந்து புகையை வெளியே விட்டுக்கொண்டு எழுந்தாள்.

"என்னடா சோலி இந்நேரத்துல..."

"ஓட்டிப் பழகறதுக்கு சித்தப்பா சைக்கிள் எடுத்துக்கச் சொன்னாரு..."

"சைக்கிள் வேணுமின்னா... இப்ப நீ பாத்தியே... நா பீடி குடிக்கறத... இத வெளியில எங்கும் சொல்லக் கூடாது..."

இவன் பதில் பேசாமல் நின்றான்.

"அப்ப சைக்கிள் வேண்டாமா?"

"வேணும்."

"அப்ப வெளியில யார்கிட்டேயும் சொல்ல மாட்டேன்னு சத்தியம் பண்ணு..."

இவன் விழித்தான்.

"முனியப்பர் மேல சத்தியம் பண்ணு."

இவனுக்கு வேறு வழி தெரியவில்லை. சைக்கிள் பழகும் ஆர்வம் முன்னே நின்றது. கொஞ்சம் தயக்கத்துடனேயே சித்தியின் வலது கையைப் பிடித்தான். ரசத்தின் வாசனை அடிக்கும் உள்ளங்கை.

“ம்கூம்... சித்தி தலையில் அடிச்சுச் சொல்லணும்...''

இவன் சித்தியின் தலையில் வலது கையை வைத்து சத்தியம் செய்தான்.

“முனியப்பர் மேலே சத்தியமா நீங்க பீடி குடிச்சதை வெளியில சொல்ல மாட்டேன்...''

“ம்ம்ம்... ஜாக்கிரதை மீறி சொன்னா என்னாகும்?''

“முனியப்பர் ரத்த வாந்தி கக்க வெச்சு சாகடிச்சிருவாரு...''

“ய்யார...?''

“என்னய...?''

“இல்ல... சித்திய... புரியுதா... இந்த சித்தி உசிரோட இருக்கணுமின்னா நீ சத்தியத்தக் காப்பாத்தணும்...''

இவன் தலையசைத்தான். சித்தி இவனை நடுமுற்றத்துக்குக் கூட்டி வந்தாள்.

சைக்கிளின் இரு சக்கரங்களிலும் காற்று இல்லை. இவன் பஞ்சர் என வருத்தமுற்றான். சித்தி சிரித்தபடியே விட்டத்தில் சொருகியிருந்த பம்பை எடுத்து வந்தாள். இரு சக்கரத்திற்கும் காற்று நிரப்பிக் கொடுத்தாள். சித்தி காற்று அடித்தது ஆம்பிளை போலவே இருந்தது. வீதியில் சைக்கிள் ஓட்டிப் பழகும்போது இவனுக்குத் தடத்தின் மீதோ, சைக்கிள் மீதோ முழு கவனம் இல்லை. சித்தி பீடி குடித்த பிம்பமே திரும்ப திரும்பத் தோன்றியது. முனியப்பர் மீது சத்தியம் செய்ததை நினைத்ததும் இக்கட்டில் மாட்டிக் கொண்டது போல உணர்ந்தான்.

பின்மதியம் கடந்துவிட்டது. பசி எடுத்தது. வியர்வை அரும்பிக் காதோரம் ஒழுகியது. இவன் சைக்கிளை உருட்டிக் கொண்டு போய்ப் பழையபடி நிறுத்தினான். நடுமுற்றத்தில் வெயில் தீவிரமாக இறங்கியிருந்தது. சித்தி கொண்டு வந்து பத்து ரூபாய் நோட்டை நீட்டினாள்.

“டேய்... மளிகைக் கடைக்குப் போய்... ரெண்டு கட்டு செய்யது பீடி வாங்கிட்டு வா...''

இவன் தயங்கினான்.

"போடா... போ... கடைக்காரர் கேட்டா... உங்கப்பாவுக்குன்னு சொல்லீரு... உங்கப்பாதான் செய்யது பீடி குடிக்கறவரு..."

நான்கு வருடங்கள் ஓடிவிட்டன. இவன் எட்டாம் வகுப்பு போய்க் கொண்டிருந்தான். அன்று பள்ளிக் கூடம் விட்டு இவன் சைக்கிளில் ஊரைச் சமீபித்துக்கொண்டிருந்தான். அந்தி மஞ்சள் வெயில் சட்டென மறைந்து நிழல் கட்டியது. வடமேற்கில் வானம் மின்னலும், இடியுமாக இருண்டுகொண்டு வந்தது. அந்தக் கணத்தில் இவன் சித்திக்குப் பீடி வாங்கிக் கொடுக்க மறந்துவிட்டதை நினைத்தான். காற்றோடு சேர்ந்த கார் மழை வந்தது. துளிகள் கனமாகச் சடசடத்து இறங்கின. இவன் குடை எடுத்துக்கொண்டு வாசற்படி இறங்கினான். அதுவரை அமைதியாகத் திண்ணைத் தூணில் சாய்ந்து உட்கார்ந்து இருந்த அப்பா கேட்டார்.

"இந்த மழையில எங்கடா போறே?"
"சித்தி ஊட்டுக்கு...!"
"பொய் சொல்ற...!"
"இல்லப்பா... சித்தி ஊட்டுக்குத்தான்..."

இவன் மழையில் இறங்கி, குடையை விரித்தான். அப்பா இருந்திருந்தாற்போல் வாசலில் குதித்தார். இவனை வழிமறிப்பது போல எதிரில் நின்று கன்னத்தில் அறைந்தார். எதிர்பாராத அந்த அடியால் இவன் சற்று நிலைகுலைந்து போனான். மேலும் சில அடிகள் விழுந்தன.

"கடைக்காரரு எல்லாஞ் சொல்லிட்டாரு... இன்னிக்கு உன்ன கையுங் களவுமாப் புடிக்கத்தாங் காத்திருந்தேன்..."

அப்பா வேகமாக இவன் டவுசர் பாக்கெட்டில் கையை விட்டார். இரண்டு கட்டு செய்யது பீடியையும் எடுத்தார்.

"உங்கோட தம் போடற ஜோடி ஆர்றா..?"

இவனுக்கு முனியப்பர் மீது செய்து கொடுத்த சத்தியத்தைக் கண்டு எல்லாம் கூட இப்போது பயம் இல்லை. ஏனோ சித்தியைக் காட்டிக் கொடுத்து அவமானப்படுத்த மனசு ஒப்பவில்லை. மௌனமாகவே நின்றான். மழை வலுத்துப் பெய்தது. அப்பா குடையை மடக்கச் செய்தார். இவனை வீட்டுக்குள் இழுத்துப் போனார்.

"மொளச்சு மூணு எல வுடல... பழக்கத்தப் பாரு பழக்கத்த..."

அப்பா மது கோதியைக் காய்ச்சி இவன் தொடையில் சூடு போட்டார். அம்மாவும் அக்காவும் தடுக்கவேயில்லை புண் ஆற வெகு நாட்கள் ஆயின.

இவனுக்கு இன்னும் தொடையில் தழும்பு மறையாமல் அப்படியே இருந்தது. வரிசையாய் நின்ற தென்னை மரச்சாலைக் கடந்து போனான். பருத்தி வெடித்திருந்தது. கிணற்றடியின் கிழக்குப் பக்கம் சீமையோட்டு வீடு தென்பட்டது. இவனைப் பார்த்ததும் இங்கும் ஒரு கறுநாய் குரைத்தபடி ஓடி வந்தது. ஓடிவந்து சித்தப்பாவோடு இருக்கும் பெண் தலையைக் குனிந்தவாறே கூரை எறப்பைத் தாண்டி இவனை நோக்கினாள். பின் நாயைக் கூப்பிட்டாள். நாய் குரைப்பதை நிறுத்தி வாலை குழைத்தபடி இவனை முகர்ந்து பார்த்தது.

இவன் சுற்றும் முற்றும் துழாவினான். சித்தப்பா தட்டுப்படவில்லை. அந்தப் பெண் எதுவும் பேசாமல் வீட்டுக்குள் போய்விட்டாள். வண்டிச் சாய்ப்புக்குள் சேவல் கூவிற்று. கட்டுத் தரைப்பக்கமிருந்து வெறுமே லோடு சித்தப்பா வந்தார். இவனை வரவேற்கும் எவ்வித பாவனையும் இல்லை. சற்று நேரம் இருவரும் ஒருவரை ஒருவர் பார்த்தபடி நின்றார்கள். அந்தப் பெண் சலவை வேட்டி, சட்டையைக் கொண்டு வந்து நீட்டினாள்.

சித்தப்பா அதே இடத்தில் நின்று அழுக்கு உடைகளைக் கழற்றினார். சுருட்டித் திண்ணைக்கு வீசிவிட்டு, அதனை வாங்கி உடுத்திக் கொண்டார். எதுவும் பேசவில்லை. தென்னை மரச்சாலை நோக்கி நடந்தார். காற்று தென்னந் தோகையிடை புகுந்து இரைச்சலிட்டது.

இட்டேரி வந்ததும் சித்தப்பா திடீரெனப் பேசினார்.

“இளங்கோ... உங்க சித்திகிட்ட எந்தக் கொறையுமில்ல. நா ஒரு பொட்டையன். ஊர் வாயை மூட மூணு கொழந்தையோட ஒருத்திய கூட்டி வந்து வெச்சிக்கிட்டேன். அதுகள எங்கொழந்தைகளுன்னு சொல்லிக்கிட்டேன். ஆனா உள்ளுக்குள்ள உங்க சித்திய வீணா மலடிப் பட்டம் சுமத்தி சாகடிச்சுட்டமேன்னு ஒரு வெசனம் இருந்துக்கிட்டே இருக்கு. இந்தப் பாவம் என்ன சும்மாவுடாது...''

சித்தப்பாவுக்குக் குரல் தழுதழுத்தது. விம்மி விம்மி அழுதார். இவன் முகத்தை இறுக்கமாக்கிக் கொண்டு நடந்தபடி இருந்தான். கொட்டுச் சத்தம் கேட்கத் தொடங்கிற்று.

பட்டுப்போன நெடும்பனைகள் ஏரிக்கரையெங்கும் நின்றன. கருவேலமரக் கூட்டத்துக்குள்ளிருந்து செம்பூத்து கத்தியது. சித்தியின் பாடையை இடுகாட்டில் இறக்கி வைக்கும்போது வானம் செவ்வொளி பரப்பிவிட்டது. நெடிய நடைக்குப் பின்னான சலிப்பில் உறவுக்காரர்கள் ஆங்காங்கே உட்கார்ந்தனர். கொட்டுக்காரர்கள் கிளம்பினர். பெரிய

வெட்டியான் பங்காளிகளின் உதவியுடன் பிணத்தைக் குழியில் இறக்கினார். பின் சத்தமிட்டார்.

“மண்ணு தள்ளற எசமாங்க ஆரு... மளார்ன்னு வாங்க...''

இவன் சித்தப்பாவைக் குழிமேட்டுக்குக் கூட்டிப் போனான். மறுபடியும் பெரிய வெட்டியான் சத்தமிட்டார்.

“சாமீ எசமாங்க.. மேலோகம் போறவங்க ஆரும் நிராசையா போகக் கூடாதுங்க. அவுங்களுக்குப் புடுச்சது ஏதாச்சும் இருந்தா குழியில போடறது சாங்கீதமுங்க...''

சித்திக்குப் பிடித்ததை எல்லாம் ஒரு சிறிய மஞ்சள் பையில் போட்டுக்கட்டி எடுத்து வந்திருந்தார்கள். அதற்குள் என்ன இருக்கிறது என இவனுக்குத் தெரியவில்லை. அப்பா மஞ்சள் பையைக் குழியில் போட்டார். பெரிய வெட்டியான் மீண்டும் சத்தமிட்டார்.

“வேற ஏதாச்சும் இருக்கா சாமீ... ஒன்னும் உட்டுப்போகலையே... ஏன்னா மேல போற உசிரு அதுக்கு ஆசைப்பட்டு இங்க அலையக் கூடாது பாருங்க...''

இவன் ஒரு கணம் துணுக்குற்றான். சித்திக்கு மிகப் பிடித்தது பீடி. இரண்டு கட்டு செய்யது பீடி வாங்கிவந்து குழியில் போட்டிருக்க வேண்டும். இனி கடைக்குப் போய் வாங்கி வந்து போட முடியாது. எப்படி இதனை மறந்தேன் என நினைத்தபடி இவன் குழியையே பார்த்துக்கொண்டு நின்றான். பெரிய வெட்டியான் சித்தப்பாவுக்குக் கட்டளையிட்டார்.

“சாமீ... மூணு கை மண்ணு அள்ளி உள்ள போடுங்க...''

உட்கார்ந்திருந்த உறவினர்கள் எழுந்து குழிமேட்டுக்கு அருகில் வந்தனர். அந்தக் கணம் சித்தப்பா இவன் தோளைத் தட்டினார். இவனிடம் இரண்டு கட்டு செய்யது பீடியைக் கொடுத்தார். குழியில் போடும்படி சமிக்ஞை செய்தார். இதனை அப்பாவும் பார்த்தபடி இருந்தார்!

- தி இந்து, சித்திரை ஜய வருட மலர் - 2014

கைமுறுக்குப் பாட்டி

இருள்வெளி மெல்ல வெளுத்துக் கொண்டிருந்தது. பெரியப்பா ஆசாரத் திண்ணையில் படுத்திருந்த இவனை எழுப்பி, கட்டுத்தரைக்குக் கூட்டி வந்தார். மூத்திரக் கவிச்சி வீசிய தீனிக்காடி அருகில் சாணிக் குத்தாரிகள் மிதிபட்டுக் கிடந்தன. ஆளைக் கண்டதும் அசை வாங்கிக் கொண்டு படுத்திருந்த மூன்று ஜோடி எருதுகளும் திடும்மென எழுந்து நோக்கின.

பெரியப்பா காரியையும் மயிலையையும் அவிழ்த்து சவாரி வண்டியில் பூட்டினார். போர்ப்பட்டறையிலிருந்து இவன் வைக்கோலை உருவி வந்து வண்டிக்குள் பரப்பி, அதன்மேல் ஏறி உட்கார்ந்தான். வலவன் நீர் வார்த்தது. சுபசகுனம். அப்போது பெரியம்மா வெளிநடை தாண்டி வாசலுக்கு வந்து நின்று சப்தமாகப் பேசினாள்.

“மாட்டுல பாலக்கறந்து பார்த்துட்டுப் பணத்தக் குடுங்க... ரெண்டு படியாவது இருக்கணும். அந்த ஆளு மடியக் கட்டி வெச்சி ஏமாத்திறப் போறான். அப்புறம் மாட்டுக்கன்னு காலக்கீல தொப்பக் கட்டையில சிக்க வெச்சு முறுச்சுக்கப் போவுது. சூதானமா வண்டியில தூக்கி வெச்சுக் கொண்டாங்க...''

பெரியப்பா பதிலேதும் கூறாமல், இடவனின் வாலை முறுக்கினார். வண்டி நகர்ந்தது. பெரியம்மா மேலும் பேசுவது கேட்டது.

“வெட்டிநாயம் பேசிக்கிட்டு உக்காந்துராதீங்க... வெயிலுக்கு முன்னால வந்து சேந்துருங்க..''

வண்டி தென்னஞ்சாவடி இட்டேரியில் சென்று, தோட்டத்துக் கடவைக் கடந்து, தார்ச்சாலையில் கிழக்கு முகமாக ஏறியது. இவன் பெரியப்பாவிடம் கேட்டான்.

“கறவ மாடு வாங்கினது எந்தூரு பெரியப்பா?''

“காட்டூருடா..?’’

“அப்படின்னா ஆத்தத் தாண்டி கைமுறுக்குப் பாட்டி ஊரு வழியாகத்தான் போறோம்... இல்ல பெரியப்பா?’’

பெரியப்பா சட்டெனத் திரும்பி இவனைப் பார்த்தார்.

“ஏன்டா... உனக்கு இன்னும் கைமுறுக்குப் பாட்டியெல்லாம் ஞாபகம் இருக்காடா?’’

“ம்ம்ம்...’’

அந்த வருஷத்தின் கடைசி பெருமழை கொட்டித் தீர்த்த மார்கழி சாயங்காலம். ஆங்காங்கே நீர் தேங்கிய ஈரநிலத்தின் மீது மஞ்சள் வெயில் இறங்கியிருந்தது. தோட்டத்து வீட்டிலிருந்து வடக்கே செங்காட்டூர் செல்லும் ஒற்றையடித் தடத்தில் இவன் நொங்கு வண்டி ஓட்டிக் கொண்டிருந்தான். அப்போது தூரத்தில் கூனல் முதுகுடன், கையில் ஊன்றுதடி பிடித்து ஓர் உருவம் அசைந்து அசைந்து வீட்டை நோக்கி நடந்து வந்துகொண்டிருப்பதைப் பார்த்தான். அவசரமாக நொங்கு வண்டியைத் திருப்பினான். வாழைத் தோப்பு பூச்செடிப் பாத்திக்குள் தாவணி மடி கூட்டி கனகாம்பரப் பூ பறித்துக் கொண்டிருந்த துளசிமணியக்காவிடம் ஓடினான்.

“அக்கா, அக்கா... கைமுறுக்குப் பாட்டி வந்துக்கிட்டு இருக்கு.’’

“நெஜமாலுமாடா?’’

துளசிமணியக்கா நம்பாதவளாக வடக்கே பார்த்தாள். நீர் சொட்டிக் கொண்டிருந்த விரிந்த தலைவாழை மடல்களை ஒதுக்கியபடி வரப்பு ஏறி வெளியே வந்தாள். தட்டாம்பூச்சிகள் நிலத்தின் மேலாகப் பறந்து திரிந்தன. இருவரும் வீட்டுக்கு வந்தார்கள். அதற்குள் கைமுறுக்குப் பாட்டியும் வந்து, வெளித்திண்ணையில் அமர்ந்திருந்தாள். தண்ணீர்ச் செம்புடன் நடைக்கு வெளியே வந்த பெரியம்மா கேட்டாள்...

“என்னாச்சு.. மருமக சோறுபோட மாட்டேன்னு சொல்லிட்டாளா... அதுக்குள்ள கௌம்பிட்டிங்க?’’

“இல்லம்மிணி... நம்ம எடத்துக்கு போயி நாம் மொடங்கினாத்தான் நல்லது...’’

“மழக்காலம்... மசங்க நேரம் வேற... எதுக்கு ஆத்தத்தாண்டி போறீங்க... வெள்ளம் வருதுன்னு பேசிக்கிறாங்க. கம்முன்னு பேசாம இருங்க. வெடியால போலாம்...’’

கை முறுக்குப் பாட்டி யோசித்தபடி தண்ணீர்ச் செம்பை வாங்கி நான்கைந்து மிடக்கு குடித்துவிட்டு, செம்பைத் திண்ணையோரம் வைத்தாள். மஞ்சள் வெயிலும் சட்டென மறைந்துவிட்டது. துளசிமணியக்கா பெரியம்மாவின் காதில் கிசுகிசுத்தாள்.

“பாட்டிய கைமுறுக்கு சுட்டுக் குடுக்கச் சொல்லும்மா...!''

கைமுறுக்குப் பாட்டிக்குk காது கூர்மை.

“அல்லே... கொமரி... இன்னிக்கு நா ராத்தங்கனா அவ்வளவு தான்... வெள்ளாடு மேய்க்கற கெழவனுக்கு கோவம் பொத்துக் கிட்டு வந்துரும். சீவமாத்துல வெளாசி என்னை வீதியில புடுச்சுத் தள்ளீருவாரு. காலம் போன கடேசியில நா எங்க சீராட்டுப் போவேன். சொல்லு!'' கைமுறுக்குப் பாட்டி சிரித்துக்கொண்டு எழுந்தாள். இவன் பாட்டி புறப்பட்டுவிட்டதாக நினைத்தான். துளசிமணியக்காவின் முகம் சோர்ந்துவிட்டது. பாட்டி திரும்பி தடுமாற்றத்துடன் வாசற்படியேறி நடைக்குள் நுழைந்தாள். ஆசாரத் திண்ணையில் போய் உட்கார்ந்து கட்டளையிட்டாள்... “துளசீ... நாலுபடி பச்சரிசிய ஊற வெய்யி...'' துளசிமணியக்கா முகத்தில் பூரிப்பு. சமையற்கட்டுக்குள் ஓடினாள். பித்தளை அண்டாவைத் திறந்து, வள்ளத்தில் பச்சரிசியை மூட்டினாள். சம்படத்து நீரில் ஊற வைத்துவிட்டு வந்தாள்.

“மாட்டு வெண்ணெய் ஓர் ஒழக்கு!'' துளசிமணியக்கா மறுபடியும் சமையற்கட்டுக்குள் ஓடினாள். உறியில் தொங்க விட்டிருந்த ஈயக் கலயத்திலிருந்து ஆழாக்கில் வெண்ணைய்யை எடுத்து வந்தாள். அதன்பின்பு வேலைகள் துரிதமாகவே நடந்தன. கட்டுத்தரை வேலைகள் முடிந்து வந்ததும் பெரியப்பா சவாரி வண்டியைப் பூட்டி கோவில்பாளையம் முத்துக்கோனார் கடைக்குப் புறப்பட்டார். துளசிமணியக்கா இதர சாமான்களின் பட்டியலைப் பெரியப்பாவிடம் கொடுத்துவிட்டாள். பெரியம்மா மர்பி ரேடியோ மேலிருந்த பேட்டரி லைட்டை எடுத்து இவனிடம் நீட்டிச் சொன்னாள்...

“நாஞ்சொன்னேன்னு போயி, கந்தாயியைக் கூட்டிட்டு வா! தடம்வழியில் பூச்சி புழுவு கெடக்கும், பாத்துப் போடா...''

இவன் காலடியில் வெளிச்சம் பாய்ச்சியபடி தென்னஞ்சாவடி வாய்க்காலைத் தாண்டினான். எப்போதும் இவனுக்கு இருளில் தனியாகப் போவதில் பெரிய மனுஷன் தோரணை வந்துவிடும். முன்பனிக்காலம். வரப்பு அருகுகளில் பனி கோத்துவிட்டது. தோட்டத்தின் கிழகோடியில் கருத்த நெடும்பனைகள் வரிசையிட்டு

நின்றன. தடத்தில் விழுந்து சிதறியிருந்த ஆமரப்பாளைகளை மிதித்தபடி இவன் அய்யாவு மூப்பனின் குடிசையை அடைந்தான். சுரைக்கொடி படர்ந்த பனையோலைக் கூரையில் மரமேறும் ஏணி சார்த்தி வைக்கப்பட்டிருந்தது. வாசல் கொப்பரையில் இஞ்சிக் கிடந்த தெளுவின் வாசனை வீசிற்று. குடிசைக்குள்ளிருந்து குனிந்து வெளிவந்த கந்தாயி இவனைப் புரியாமல் பார்த்தாள்.

"ஏது சின்னப்புனு இந்நேரத்துல?''

"கைமுறுக்குப் பாட்டி வந்திருக்கு...!'' கந்தாயி புரிந்து கொண்டவள் போலப் பதிலளித்தாள்.

"நீ போப்பனு_மூப்பனுக்குச் சோறு போட்டதியும் நா ஓடியாறேன்...''

சோளத் தோகைகள் உராய்ந்து முறைச்சல் எழுப்பின. காலடி அரவம் கண்டதும் கத்திக்கொண்டிருந்த இராப்பூச்சிகள் திடீரென அடங்கின. இவன் வீடு திரும்பியபோது, பெரியப்பா மளிகைக் கடை போய்விட்டு வந்திருந்தார். ஆசாரத்து வாசலில் மணலைப் பரப்பிக் கல் அடுப்புக் கூட்டினார். பெரியம்மா வாணலியை வைத்துத் தேங்காய் எண்ணெய்யை ஊற்றினாள். விறகைப் பற்ற வைத்தாள். எண்ணெய் கொதித்து வரும்போது துளசிமணியக்கா கந்தாயி ஆட்டிய பச்சரிசி மாவைத் தூக்கி வந்து கிட்டத்தில் வைத்தாள். கைமுறுக்குப் பாட்டி மாவை உள்ளங்கையில் அள்ளி நாம்பிப் பிழியத் தொடங்கினாள். சரம் சரமாக இறங்கும் மாவுத்தாரை வளைந்து நெளிந்து சங்கிலி போன்று ஒன்றுக்குள் ஒன்றாகக் கோத்துக் கொண்டு கைமுறுக்காக எண்ணெய்யில் மிதந்து பொரிந்தது. முதல் கைமுறுக்கு யாருக்கு என்பதில் இவனுக்கும் துளசிமணியக்காவுக்கும் போட்டி நிலவியது. கைமுறுக்குப் பாட்டி முதல் முறுக்கை துளசிமணியக்காவிடம் கொடுத்து, இவனைச் சமாதானப்படுத்துவது போலச் சொன்னாள்....

"விடுறா... பிறத்தியா வீட்டுக்குப் போற புள்ள... எத்தனை நாளைக்கு இங்கிருக்கப் போறா... வெச்சுக்கிட்டுமே?''

இந்தக் கைமுறுக்கு சுடும் வைபோகம் எப்படியும் ஆறு மாதத்துக்கு ஒருமுறையாவது நடந்துவிடும். அன்று பங்குனி உச்சி வெயில். கைமுறுக்குப் பாட்டி வடக்கே இருந்து வந்து வெளித் திண்ணையில் அமர்ந்தாள். இவனிடமோ, துளசிமணியக்காவிடமோ எதுவுமே பேசவில்லை. பெரியம்மாவும் பெரியப்பாவும் வந்த பின்னும் கூட பாட்டி மௌனமாகவே இருந்தாள். பெரியம்மா கேட்டாள்...

“குடிக்க ஏதாச்சும் கொண்டு வரட்டுமா?”

கைமுறுக்குப் பாட்டி இருந்திருந்தாற்போல் அழ ஆரம்பித்தாள்.

“என்ன நடந்திச்சுன்னு இப்பிடி அழறீங்க? மருமக கீது ஏதாச்சும் சொல்லிட்டாளா?”

“இல்லம்மிணி! நா எம்மகனை எப்படியெல்லாம் வளர்த்தேன் தெரியுமா... நெகக்கண்ணுல ஓர் அழுக்குப் படாம... ஆனா இந்த நாயி, ஆரு பேச்சையும் கேக்காம இந்த முண்ட பின்னால ஓடி வந்துட்டான். சேரி... ஓடி வந்ததுதாம் போவுது. ஊட்டோட மாப்புள்ளையா போவலாமா? அறிவு வேண்டா? இப்ப சீரழிஞ்சு சின்னப்படறான். இந்த வேடைகாலத்துல குத்தவ தோட்டமும் ஓட்ட முடியாம, பொண்டு புள்ளையையும் வெச்சுக் காப்பாத்த முடியாம...”

கைமுறுக்குப் பாட்டியினால் தொடர்ந்து பேசமுடியவில்லை. கண்களில் திரண்ட கண்ணீர்த் துளிகளை முந்தானையால் துடைத்துக் கொண்டாள். பெரியப்பா இவனை வாழைத்தோள் பக்கம் கூட்டிப் போனார்.

“மாப்புள்ளைய நான் சொன்னேன்னு போயி கூட்டிட்டு வா... போ...”

இரவு வெகுநேரம் வரை குப்பணக் கவுண்டர் பெரியப்பாவுடன் கட்டுத்தரையில் நின்று பேசிக்கொண்டிருந்தார். மறுநாள் விடியக் காலை கருக்கலிலேயே வண்டிச் சாய்ப்பிலிருந்து மொட்டை வண்டியை வெளியே இழுத்து நிறுத்தினார். வைக்கோலைக் கருக்கி பட்டாசக்கர அச்சுக்கு ‘கீல்’ போட்டார். பூவரசம் பூட்டில் முளைக்குச்சி செதுக்கி அடித்தார். தென்னந்தடுக்கு பின்னி பலகைக்குப் பதிலாக முளைக்குச்சியில் வைத்துக் கட்டினார். அதற்கு அடுத்த தினம் குளக்கரையிலிருந்து வண்டல் மண் அடிக்க மொட்டை வண்டியைப் பூட்டிவிட்டார். இவன் பள்ளிக்கூடம் விட்ட சாயங்காலம் நேராக நல்லிமடத்திலிருந்து குளக்கரைக்கு ஓடி வந்தான். கருவேலம் மரங்களிடையே கோவிந்த மாமாதான் வண்டலை வழித்து வண்டிக்குப் பாரமேற்றிக் கொண்டிருந்தார். வண்டி கிளம்பும்போது, இவனைத் தூக்கி மண்குத்தாரி மேல் உட்கார வைத்தார். பட்டாசக்கரங்கள் இட்டேரி குறுமணலில் பதிந்து நரநரவென சப்தமெழுப்பிக்கொண்டு போயின. அந்தரத்தில் உட்கார்ந்து பயணிப்பதுபோல இப்படிப் பயணிப்பதில் இவனுக்கு அலாதியான ஒரு திகில் தன்மையும் இருந்தது.

அன்றும் தோட்டத்துக்கு வந்து வண்டி நின்றபோது, இவன் மண்குத்தாரி மீது இருந்து கீழே குதித்து இறங்கினான். ஏற்கெனவே நிலத்தில் கொட்டப்பட்டுக் கிடந்த மண்குத்தாரி மீது ஏறி தாவித்தாவி விளையாண்டுகொண்டு வீட்டை அடைந்தான். ஒறம்பறைச் சனங்களாக இருந்தார்கள். இவனுக்கு ஒன்றுமே புரியவில்லை. பெரியம்மாவிடம் கேட்டபோது, துளசிமணியக்காவைப் பெண் பார்க்க வந்திருப்பதாகச் சொன்னாள். மாப்பிள்ளை மாநிறமாக கோவிந்த மாமா சாயலிலேயே இருந்தார். நிச்சயதார்த்தத் தேதி குறிக்கப்பட்டது. அன்றிரவு நடுச்சாமத்தில் தூக்கம் கலைந்து இவன் எழுந்து பார்த்தபோது, ஆசாரத்தில் வைத்துத் துளசிமணியக்காவை பெரியப்பாவும் பெரியம்மாவும் திட்டிக்கொண்டிருந்தனர். துளசிமணியக்கா தூணில் சாய்ந்தவாறே அழுதுகொண்டிருந்தாள். முதல் கோழி கூப்பிடும் நேரம், பெரியம்மா அலறிய அலறலில் வீடே விழித்துக்கொண்டது. உள் அறைக் கட்டிலில் துளசிமணியக்கா வாயில் நுரை தள்ளியபடிக் கிடந்தாள். மூச்சு வெடுக்கெடுக்கென இழுத்துக்கொண்டிருந்தது. பெரியப்பா பதற்றத்தில் அய்யாவுமூப்பன் வீட்டை நோக்கி ஓடினார். கார் வந்தது. துளசிமணியக்காவைத் தாராபுரம் ஆஸ்பத்திரிக்குத் தூக்கிப்போனார்கள். விடிந்து வெளிச்சம் பரவியபோது, வாசலில் ஆட்டாங்கல்லோரம் அம்மியில் அரளிவிதை அரைத்திருப்பதை இவன் கண்டான்.

வெயில் ஏறிய பின், பெரியப்பா தோட்டத்துக்கு வந்தார். வந்தவுடன் சவாரி வண்டியைப் பூட்டினார். இவனையும் ஏறிக்கொள்ளச் சொன்னார். எருதுகளைத் துரத்தினார். தெற்கே உப்பாறு தாண்டி நஞ்சியம்பாளையம் போய், வண்டியை நிறுத்தினார். விஸ்தீரமான வீதி, வசதியான வீடு. மாப்பிள்ளையின் அப்பா கும்பிட்டபடி எதிர்கொண்டார்.

“வாங்க, சம்பந்தி...!''

பெரியப்பா வாசலிலேயே நின்று கொண்டார்.

வெகுநேரம் எதுவும் பேசாமல் சிந்தனை வயப்பட்டவராகவே இருந்தார். மாப்பிள்ளையின் அப்பா பேசினார்... “ஏதாச்சும் அவசர சோலியா சம்பந்தி?''

“நாம மோசம் போயிட்டோம்...''

“புரியற மாதிரி சொல்லுங்க?''

“துளசிமணி மருந்தக் குடிச்சுட்டா...!''

“அய்யய்யோ... என்ன நடந்திச்சு சம்பந்தி..?''

“என் தோட்டத்துல வண்டிக்கு வண்டல் மண் வழித்துவுடற கோவிந்தன்... வெத்துப் பையன்... தெல்லவாரி... அவனத்தான் கட்டிக்குவேன்ன அடம்பிடிச்சா. திட்டிட்டேன்... படுபாவிப் புள்ள இப்பிடிப் பண்ணிப்புட்டா...''

“ஆயிரம் பத்திரிகை அடிச்சுக் குடுத்தாச்சு. இப்ப வந்து இப்படிச் சொன்னா எப்புடி சம்பந்தி... நான் ஆரு முகத்துல முழிப்பேன்...''

பெரியப்பா பதில் பேச முடியாமல், தலை கவிழ்ந்து நின்றார்.

“பொகையில விரிஞ்சா போச்சு, பொட்டப்புள்ள சிரிச்சா போச்சுன்னு செலவாந்திரம் சொல்வாங்க. பொட்டப்புள்ளைய வளர்க்கறது பெரிசில்ல சம்பந்தி. நல்ல எடமாப் பாத்துக் கட்டிக் குடுக்கணும். இப்பவும் ஒண்ணும் கெட்டுப் போகல. மருமககிட்ட எடுத்துச்சொல்லிப் பாருங்க...''

மாப்பிள்ளையின் அப்பா துளசிமணியக்காவின் உடல்நிலை குறித்து எதுவும் விசாரிக்காமல் விட்டது இவனுக்கு மிகுந்த வருத்தமாக இருந்தது. பெரியப்பா தோட்டத்துக்கு வந்து சவாரி வண்டியை அவிழ்த்துவிட்டதும், நேராக மண்குத்தாரிகளிடையே புகுந்து நடந்தார். இவனும் பின்தொடர்ந்தான். குப்பணக் கவுண்டர் மொட்டைவண்டியைத் திருப்பி நிறுத்தி, வண்டல் மண்ணைக் கொட்டிக்கொண்டிருந்த இடத்துக்குப் போய் நின்றார். இவனைப் பார்த்துச் சப்தமாகச் சொன்னார்...

“உண்ட வீட்டுக்கு ரெண்டகம் பண்ணினது போதும். கெளம்பச் சொல்லுடா!''

“உங்க மக ஆசப்பட்டதுக்கு எம்மகன் என்ன பண்ணுவான்...?''

“வெட்டிப் பேச்சு வேண்டாமுன்னு சொல்லுடா!''

குப்பணக் கவுண்டர் மொட்டை வண்டியை அவிழ்த்துவிட்டார். எருதுகளை நுகத்தடியில் கட்டினார். சாட்டையை மண்குத்தாரி மீது ஓங்கிக் குத்தினார். வடக்கே செங்காட்டூர் செல்லும் ஒற்றையடித் தடத்தில் இறங்கி நடந்தார். பொழுது நடுவானில் ஏறியிருந்தது. உச்சிவெயிலில் ஆயிரத்துக்கும் மேற்பட்ட வண்டல் மண்குத்தாரிகள் கற்சிலைகள் போலக் கிடந்தன.

விடிந்துவிட்டது. கிழக்கு நோக்கி ஓடும் அமராவதி ஆற்றில், நீர் இடுப்பளவுக்கு மேல் இருந்தது. வண்டி நீருக்குள் இறங்கியதும்,

எருதுகள் நீர் அருந்தின. வாய் நுரைகள் நீரில் மிதந்து போயின. பச்சைக் கோரைகள் வளர்ந்திருந்த மணல் திட்டில் நீர்க்காகங்கள் உட்கார்ந் திருந்தன. பெரியப்பா சப்தமிட்டு எருதுகளை வேகப்படுத்திவிட்டு, இவனிடம் திரும்பினார்...

"ஏன்டா.... கைமுறுக்குப் பாட்டிய ஒரு எட்டு பாத்துட்டுத்தான் போலாமாடா..?"

எட்டு வருடங்களுக்குப் பின்பு பெரியப்பா மனசு மாறியது இவனுக்கு ஆச்சரியமாக இருந்தது. சரியெனத் தலையசைத்தான். வண்டி அக்கரை மேடேறிற்று. பெரியப்பா மதுக்கம்பாளையத்தின் குறுகிய வீதியில் வண்டியை ஓட்டிச் சென்றார். இருபுறமும் எறவாணத் திண்ணையுடன் கூடிய வீடுகளாகவே இருந்தன. சிவப்புச் செம்பருத்தி பூத்திருந்த ஒரு வீட்டின் முன்பு பெரியப்பா வண்டியை நிறுத்திக் குதித்திறங்கினார். இவனும் இறங்கினான்.

நடைக்குள் இருளாக இருந்தது. பெரியப்பா பழக்கப்பட்டவர்போல உள் நுழைந்தார். முன் அறையில் கயிற்றுக் கட்டில் மேல் கைமுறுக்குப் பாட்டி படுத்திருந்தாள். கட்டிலை ஒட்டிய மரத்தூணில் கைத்தடி ஊன்றியிருந்தது. சாதம் காய்ந்த பித்தளை வட்டிலும் மூத்திர நாற்றம் வீசும் மண் கலயமும் கட்டிலின் கீழாகக் கிடந்தன. பெரியப்பா அருகில் போனார்.

"நல்லா இருக்கீங்களா?"

கைமுறுக்குப் பாட்டி நடுங்கும் கைகளால் துழாவி, கைத்தடியைப் பற்றினாள். பின், கைத்தடியின் ஆதரவில் எழுந்து உட்கார்ந்தாள். கூன் முதுகும் தலையும் சேர்ந்து நடுங்கின. பாட்டிக்கு அடையாளம் தெரியவில்லை. வெறித்து வெறித்துப் பார்த்தாள். இவன் யார் என்கிற விவரத்தைச் சொன்னான். பாட்டியினால் ஒன்றும் பேச முடியவில்லை. கண்களிலிருந்து தாரை தாரையாகக் கண்ணீர் பெருகியது.

"பேரன் லாரிக்குப் போறான். அவம் பொண்டாட்டி கொண்டுவந்து வேள தவறாம சோறு போட்டுர்றா. எனக்கு ஒரு கொறையும் இல்ல..." மீண்டும் மௌனம். பாட்டி அழுதாள்.

'கூத்துவன் கூப்பிடறான். நா ரொம்ப நாள் தாங்க மாட்டேன்...'

பெரியப்பா நடைப்பக்கம் நகர்ந்தார். இவனும் பின்னே போனான். பாட்டி தன் நடுங்கும் குரலில் கூப்பிட்டாள். இருவரும் நின்று திரும்பிப் பார்த்தனர்.

“கைமுறுக்கு திங்கலாமுன்னு இருக்கு... ராப்பகலா நாக்குல எச்சிலு ஊறுது... நத்திக் கெடக்கேன்...''

சவாரி வண்டி காட்டூரில் வைக்கோல் போர்ப்பட்டறை கொண்ட கட்டுத் தரைக்குள் நுழையும்வரை பெரியப்பா எதுவும் பேசவேயில்லை வண்டியிலிருந்து இறங்கியதும் மாட்டின் பின்னங்காலை அணைத்துப் பால் கறந்து பார்த்தார். பின், அங்கிருந்த ஆட்களுடன் சேர்ந்து செம்மை படர்ந்த இளங்கிடாரிக் கன்றைத் தூக்கி வண்டி நடுவில் கிடத்திக் கட்டினார். இவன் பின்பக்கம் ஏறி அமர்ந்து, மாட்டின் தலைக்கயிற்றைப் பிடித்துக்கொண்டான். ஏதோ வீட்டில் கோழிக்கறி சமைக்கும் வாசனை காற்றோடு வந்தது. வண்டி மதுக்கம்பாளையத்தைக் கடந்தபோது, பெரியப்பா தழுதழுத்த குரலில் பேசினார்...

“துளசிய கோவிந்தனுக்கே கட்டி வெச்சிருக்கலாம். அவளும் நல்லா இருந்திருப்பா... இந்த வீடும் நல்லா இருந்திருக்கும்.'' பெரியப்பா கண்கலங்கி இவன் பார்த்ததேயில்லை. இவனுக்குச் சங்கடமாகப் போய்விட்டது. வண்டி ஆற்றைக் கடந்து மறுகரை ஏறும்போது, பெரியப்பா மறுபடியும் பேசினார்...

“கைமுறுக்குப் பாட்டியப் பாத்த விசயத்தை ஊட்டுல ஆருகிட்டேயும் சொல்லிராதே!''

நான்கு தினங்கள் போயின. ஆகாயமெங்கும் கருத்த முகில்கள் மேற்கு பார்த்து நகர்ந்தன. வெயில் அடங்கிய இளமதியம். பெரியம்மாவும் பெரியப்பாவும் ‘இழவு' ஒன்றுக்குக் கிளம்பிப் போய்விட்டனர். துளசிமணியக்கா சீக்கிரத்தில் கைமுறுக்கு சுட்டு போசியில் அடுக்கி, இவனிடம் கொடுத்தாள். இவன் சைக்கிளை எடுத்துக்கொண்டு கைமுறுக்குப் பாட்டியின் வீடு போனான். கைமுறுக்குப் பாட்டி கட்டிலில் எழுந்து உட்கார்ந்தவாறே ஏதோ முனகிக்கொண்டிருந்தாள். இவன் போசியைத் திறந்து கைமுறுக்கு ஒன்றை எடுத்து நீட்டினான். கைமுறுக்குப் பாட்டி பொக்கை வாயில் சிரித்தாள்.

“ஊருக்கெல்லாம் கைமுறுக்கு சுட்டுப் போட்டவ இந்தக் கிழவி. இத்தன காலத்துக்கப்புறம் கைமுறுக்கு திங்கவா ஆசப்படுவேன்... சாவறதுக்குள்ள துளசிமணிய ஒரு தடவயாவது இந்தக் கண்ணால பாத்துரலாமுன்னு அப்படிச் சொன்னேன். என்னோட இந்தக் கைமுறுக்குப் பக்குவத்த அவளுக்கு மட்டுமே கத்துக் குடுத்திருக்கேன். அவ நிச்சயம் கைமுறுக்கு சுட்டுக்கிட்டு என்னப் பாக்க ஓடி வந்துருவான்னு நெனைச்சேன்...''

கைமுறுக்குப் பாட்டி விரக்தியில் மோட்டுவளையை வெறிக்க ஆரம்பித்தாள். இவனுக்கு என்ன பதில் சொல்வது என்று தெரியவில்லை. அப்போது நடைப்பக்கம் திடீரென நிழலாடியது.

கதவைப் பிடித்துக் கொண்டு கோவிந்த மாமா நின்றிருந்தார். இவன் ஒரு கணம் என்ன செய்வது என யோசித்தான். சட்டெனக் கைமுறுக்கை எடுத்து நீட்டினான்.

- விகடன் தீபாவளி மலர் 2014

பெய்தோய்ந்த மழை

கார்த்திகை மாதம் வானில் கருமுகிலோட்டம். ஏறுபொழுது மறைந்து மறைந்து வெளிப்பட்டுக்கொண்டிருந்தது. ஊரின் தென்புறமான வளவு. இடிந்த மண்சுவர் வீடு. வாசல் பூவரச மரத்தடி நிழலில் இவன் கால் நீட்டி உட்கார்ந்திருந்தான். சிக்குண்ட 'எடால்' கயிற்றின் சுருக்குளைப் பிரித்துக்கொண்டு சீமைக்கருவேல முட்களிடையே வீட்டை நோக்கி வந்த ஒற்றைத் தடத்தை அடிக்கொருதரம் பார்த்தபடியும் இருந்தான். தடம் வெறிச்சென்றே இருந்தது. இன்றாவது கரைவெளியிலிருந்து யாராவது வரக்கூடும். 'எடால்' ஏந்தி வைக்கக் கூட்டிப்போவார்கள். ஏனோ மூன்று தினங்களாக எவருமே வரவில்லை. இவன் வெறுமனே வீட்டில் உட்கார்ந்திருந்தான்.

பின் வளவில் ஒரே சப்தமாகக் கிடந்தது. நாய்களின் குரைப்பொலி கேட்டது. ஆட்கள் பன்றியைத் துரத்திக்கொண்டிருந்தனர். பன்றி வியாபாரியின் குரலும் கேட்டது. கடந்த ஆடி மாதத்திற்கு முன்புவரை இவனிடமும் பதின்மூன்று பன்றிகள் இருந்தன. கோடை அறுப்புக் காலத்தில் அவள் கதிர்க்கட்டைச் சுமந்து கொண்டு ஈர வரப்பில் நடந்தபோது கால் வழுக்கி விழுந்துவிட்டாள். வலது முழங்காலுக்குக் கீழே எலும்பு முறிந்துவிட்டது. போடிபாளையம் கூட்டிப்போய் வைத்தியம் பார்த்தான். ஏனோ மாவுக்கட்டு போட்டும் வீக்கம் வற்றவேயில்லை. எலும்பும் கூடவில்லை. அதன்பின்பு தாராபுரம் கூட்டிவந்து எத்திராஜ் ஆஸ்பத்திரியில் சிகிச்கைக்குச் சேர்த்தான். பதின்மூன்று பன்றிகளும் விற்றாகிவிட்டது. இன்னும் அவளால் சுயமாக எழுந்து நடக்க முடியவில்லை.

நாட்கள் போய்க்கொண்டே இருந்தன. பன்றிக் கொட்டடத்து மூங்கில் திரம்புகளில் கறையான்கள் ஏறிவிட்டன. ஊறத்தாழியில் மழை நீர் சேகரமாகி நாற்றம் எடுத்துக்கொண்டிருந்தது. பின்வளவில் ஆட்கள் பன்றியைp பிடித்துவிட்டார்கள். பன்றி உச்சஸ்தாயில் குரல்

எழுப்பிக் கத்துவது கேட்டது. வீட்டுக்குள் இருந்து அவள் கூப்பிட்டாள். இவன் எடால் கயிற்றை ஒதுக்கி வைத்துவிட்டு எழுந்தான். கூரைப் பனையோலைக்குள் ஏதோ சரசரவென ஊர்ந்தது. அது பல்லி யாகவோ பாப்புராணியாகவோ இருக்கக்கூடும் என நினைத்தபடிக் குனிந்து வீட்டுக்குள் போனான். மரநாற்காலியில் அவள் எழுந்து உட்கார்ந்திருந்தாள். முழங்காலுக்கு எண்ணெய் தேய்த்துக்கொண்டே பூரணியும் இவனை நிமிர்ந்து பார்த்தாள்.

“புள்ள நாளைக்கு ஊருக்குப் போகுதாமா...எனக்கு ஒத்தாசையா மூணு மாசமா இங்க வந்து கஷ்டப்பட்டுச்சு.. போகும்போது வெறுங்கையோடவா தாட்டிவுடறது... ஒரு சீலை எடுத்துக் குடுத்தறலாமுன்னு நெனைக்கறேன். "இவனுக்குப் பூரணி மாமியார் வீடு கிளம்புவது அதிர்ச்சியாக இருந்தது.

‘அதுக்குள்ள எதுக்கு போகணும்.. உனக்குதான் இன்னும்

செரியாகலையே..’

‘வயசுபுள்ளய அதிகநாளு அக்காவூட்ல தங்க வெக்கறது நல்லதில்லை... நாளைக்கு ஏதாச்சும் பழிச் சொல்லு வந்துருச்சுன்னா... ?”

இவன் மேற்கொண்டு அவளோடு எதுவும் பேசவில்லை. தாழ்வான நடையைக் குனிந்தவாறே கடந்து வாசலுக்கு வந்தான். செழித்த பூவரச இலைகளினூடே குயில் அமர்ந்து கூவிற்று. கூரை பனையோலை உச்சியில் கொம்பேறி மூக்கன் விரைவாகப் போயிற்று. இவன் பாம்பை அடிக்க முயலவில்லை. எடால் கயிற்றைச் சுருட்டி எடுத்துக்கொண்டு ஊருக்குள் செல்லும் ஒற்றைத் தடத்தில் நடக்க தொடங்கினான்.

பூரணி சமஞ்சதிலிருந்தே இவனுக்கு அவள் மீது ஒரு கண். கல்யாணம் ஆகி ஏழு வருடம் ஓடி விட்டபின் குழந்தையில்லை என்கிற காரணத்தை வைத்துக் கொண்டு பெண் கேட்க சாடைமாடையாக முயன்றான்.

மாமியார்காரி 'வெரசு', நேராகக் கேட்கவில்லை. சரக்கு அடித்த ராத்திரி மாமனாரை வீதியில் இழுத்துப்போட்டு அடிப்பதுபோல தன்னையும் அடித்துவிடுவாள் என்கிற பயத்தினாலேயே அந்த எண்ணத்தைத் தவிர்த்தும் வந்தான். அதேபோல் வீட்டில் அவளும் ‘கடுசு’தான். எப்போதும் அவளைக் கண்டால் ஒரு சிறுபயம் இருந்து கொண்டே இருந்தது.

பூரணி இங்கு வந்த மூன்று மாதத்தில் இவன் பூரணி தனியாக இருக்கும் சந்தர்ப்பத்தை எதிர்பார்த்துக் காத்திருந்தான். பூரணியோ

அக்காவை விட்டு ஒரு கணமும் பிரியாமலே இருந்தாள். ஆற்றுக்குத் துணி துவைக்க, விறகு ஒடிக்க என இவன் பூரணியைத் தனியாக கூப்பிட்டுப் பார்த்தான். பூரணி சிரித்துக்கொண்டாளே தவிர, இவன் கூட வரவில்லை. இந்த முறை எப்படியாவது நல்ல சேலை எடுத்துக் கொடுத்துப் பூரணியின் பிரியத்தைச் சம்பாதிக்க வேண்டும் என நினைத்தான்.

இன்று ஏதாவது ஒரு நெல்வயலைப் பிடித்து அறுநூறு எடாலாவது ஏந்தி வைக்க வேண்டும். முந்நூறு எலிகளாவது விழ வேண்டும். பூரணிக்குப் பிடித்தமான நூற்சேலையை எடுத்துக் கொடுத்துவிட வேண்டும். இவன் மனத்துக்குள் கணக்கு போட்டபடியே நடந்தான். வெயில் கூடியிருந்தது. மதுக்கம்பாளையம் குடியானவர் வீதியில் நுழைந்தான். சப்தமிட்டான்.

"எடா...எடாலு. எடாலு...சாமியோவ்...

யாருமே வந்து கூப்பிடவில்லை. நாய்கள்கூட குரைக்கவில்லை. சோர்வாக ஊர்த்தலைவாசல் வந்துசேர்ந்தான்.

ஆலமரத்தடி தேநீர்க்கடை மரப்பெஞ்சில் கரைவெளி பருவக்காரர்கள் சிலர் அமர்ந்து தேநீர் குடித்துக்கொண்டிருந்தனர். இவன் தோளில் எடாலைச் சார்த்திக்கொண்டு மரபெஞ்சை ஒட்டித் தரையில் குத்தவைத்து அமர்ந்தான். பகல்நடையாகச் செல்வநாயகி பேருந்து வந்து ஆலமரத்தடி முன் திரும்பி நின்றது. கொண்டவன் நஞ்சை பருவக்காரர் இவனைக் கேட்டார். "மொய்யானம் படுகையிலே எடாலு போடனுமுன்னு சொன்னாங்கப்பா... நீ போகலையா...?"

"இப்ப போறேஞ்சாமி.. அப்படியே ஒரு கொறப்பிடி குடுத் தீங்கனா... ராஜாங்கத்துப் புகழப் பாடிக்கிட்டு ஓடிடுவேன்..."

"எடால்காரனுக்கு இல்லாத பீடியா... ஒரு முழுப்பீடியே குடுப்பா.." யாரோ பீடியை நீட்டினார். இவன் எழுந்து வாங்கிக்கொண்டு ஆலமர மறைவில் போய்ப் பற்ற வைத்தான். புகை விட்டபடியே நடந்தான். கரைவெளியில் கண்ணுக்கெட்டிய வரை நெல்வயல்கள். தாள்கள் பழுப்பு நிறங்கொண்டு சூட்டைப் பரப்பின. புடை தள்ளிய கதிரின் மேலாக ஊசித் தட்டான்கள் பறந்தன. வரப்பில் மடிகூட்டி வல்லாரை ரக்கிரி பறித்துக்கொண்டிருந்த கிழவி, இவனை ஏறிட்டுப் பார்த்தாள். இவன் வெறுங்காலைத் தொட்டாச்சிணுங்கி முட்கள் குத்தின. சூதானமாக நடந்தான். வயல்நிலம் வெடிப்புண்டு கிடந்தது. இதுதான் கறம்பை எலிகள் உட்புகுந்து பயிரைக் கொறித்து நாசம் செய்யும் தருணம். மெய்யானப்படுகை ஆற்றை ஒட்டி சரிவில் இருந்தது. வயல்

குடியானவரை காணவில்லை. பருவக்காரர் மட்டும் இரு எருமைகளை வரப்பில் பிடித்து மேய்த்துக்கொண்டிருந்தார். இவன் அருகில் போய்க் கும்பிட்டான்.

'சாமீ...'

"வாப்பா... உன்னத்தா தேடிக்கிட்டு இருந்தே..."

பருவக்காரர் வாய்க்காலுக்குள் எருமைகளை இறக்கி விட்டுவிட்டு வந்தார். இவனை வயலின் மேற்குப்புற வரப்புக்குக் கூட்டிப் போனார். வரப்பைத் தாண்டினால் ஆற்றின் கரையடி நாணல்களும் தாழைகளும் மண்டிக் கிடந்தன. எலிவங்குகளும் நிறைந்திருந்தன. எலிகளின் சிறுகால் தடங்களும் போயின.

இவன் உள்ளே இறங்கி வங்குகளின் மேல் கால்களை வைத்து அமுத்தினான். மண் அமிழ்ந்து பொரிந்தது. திரும்பவும் வரப்புக்கு வந்து நெற்பயிர்களை நோட்டமிட்டான். எலிகள் கொறித்த பயிர்கள் சரிந்து விழுந்திருந்தன. உச்சிப் பொழுது வெயில் கண்ணைக் கூச இவன் நிமிர்ந்து

பருவக்காரரைப் பார்த்தான்.

'இப்பவே

எடாலை

அடிச்சிறேன்... சாமீ.. உத்தரவு கொடுக்கணும்..."

'அறுவடையப்ப தவசம் வாங்கிக்கறையா... இல்ல பணமா?'

"இப்ப எல்லாம் பணந்தாம் சாமீ."

'சாமி அக்கம்பக்கத்துல மூனுக்கு மேல வாங்கறேன்."

அதற்குள் எருமைகள் வரப்பு ஏறி வயலில் இறங்கிவிட்டது. பருவக்காரர் சப்தமிட்டபடி ஓடிவிட்டார். கொக்குகள் வட்டமிட்டு தூரத்து வயலில் இறங்கின. இவன் முதலில் மேற்கு வரப்பிலேயே 'எடாலை' ஏந்த ஆரம்பித்தான். கவட்டையின் மத்தியில் கண்ணியின் சுருக்கு இருக்குமாறு சரிப்படுத்தினான். கவட்டையை வரப்பில் வரிசையாக ஊன்றினான். எலிகள் தாவித் தப்ப வழியில்லாத அளவுக்குக் கவட்டையை நெருக்கமாக்கினான். வயலைச் சுற்றி நாலாத்திசை வரப்புகளிலும் இவன் 'எடால்' ஏந்தி முடிக்கும்போது பொழுது மேற்கே சாய்ந்துவிட்டது. கீழ்த்திசைக் காற்று நெற்பயிர்களை நெளிய வைத்துப் போயிற்று. ஊரின் சீமையோடு கூரை முகடுகளைப் பார்த்துக் கொண்டே வரப்பில் நடந்தான். கொக்குகள் பறந்து இடம் மாறின. குடியானவப் பெண்ணொருத்தி புல் அறுத்துக்கொண்டிருந்தாள். இவன்

நேராக வீட்டுக்குச் செல்லவில்லை. சீராம்வலசு சாய்பு வீட்டுக்கு சென்றான். துணி மூட்டை பச்சை வண்ணத் திண்ணையிலேயே இருந்தது. வியாபாரத்துக்குப் போய்விட்டு சாய்பு அப்போதுதான் திரும்பியிருந்தார். இவன் குரலிட்டான்.

“பாய்... பாய்...”

பாயம்மா திரைச்சேலையை விலக்கி எட்டிப் பார்த்துவிட்டு உள்ளே போனாள். ஈரமுகத்தைத் துடைத்தபடியே திண்ணைக்கு சாய்பு வந்தார். "கொழுந்தியாளுக்குச் சீலை எடுக்கனும்." சாய்பு மௌனமாகவே இவனை நோக்கினார்.

“கத்தரி பூ நெறம்... முந்நூறு ரூபா பெறுமானம்..” சாய்பு ஆளற்ற வீதியை ஒருமுறை பார்த்துவிட்டுப் பேசினார்.

“உம் பொண்டாட்டிக்கு ரவிக்கை எடுத்த காசே... இன்னும் குடுக்கலை... வருசத்துக்கு மேலாவுது...”

‘இதோட சேந்து வெடியால குடுத்துடுவேன் சீலையக் காட்டுங்க பாய்...”

“காசு இல்லாம ஏவாரம் இல்ல நான் என்ன கேனப்பயல்னு நெனச்சியா?”

“பாய்...நாம எல்லாம் அப்படியா... பழகியிருக்கோம்...”

சாய்பு வீட்டுக்குள் போய்விட்டார். இவன் தயங்கியபடியே மேலும் சிறிது நேரம் திண்ணையைப் பிடித்துக்கொண்டு நின்றான். பெருத்த அவமானமாகப் போயிற்று. அவள் ரவிக்கைக்குப் பணம் கொடுக்காதது கூட இப்போதுதான் ஞாபகமே வந்தது. பனை நிழல் படிந்த மண்பாதையில் நடந்தான். ஊர்வெளி மீது மஞ்சள் வெயில் சாய்வாக விழுந்துகொண்டிருந்தது. மறுபடியும் மதுக்கம்பாளையம் வந்து வாடகை மிதிவண்டி எடுத்துக்கொண்டான்.

மண்பாதை வந்ததும் ஏறி மிதித்தான். பூரணி பின்னால் உட்கார்ந் திருந்தாள். சக்கரம் வேகம் பிடித்த சீராம் வலசு போய் சாய்பு வீட்டின் முன்பு மிதிவண்டியை நிறுத்தினான். பூரணி இறங்கியதும் இவன் பணத் தாள்களை எண்ணிக் கொடுத்ததும் மிதி வண்டிப் பயணம் அவளுக்குப் பிடித்த கத்தரிப் பூ வண்ணச் சேலையை எடுத்துக்கொண்டாள்.

தொடர்ந்தது.

இவன் அமராவதி ஆற்றைக் கடந்து குறுக்கு வழியாக மிதி வண்டியை ஓட்டினான். பூரணி வலது கையால் இவன் தோளைப் பற்றி

அரவமேயில்லை. எங்கோ செம்போத்தின் குரல். வெயில் ஏறிவிட்டது. இவன் மிதி வண்டியை நிறுத்தி இறங்கினான். பூரணி கையைப் பிடித்துக்கொண்டு கரும்புத் தோட்டத்துக்குள்ளே போனான். காற்றுக்குத் தோகைகள் உராய்ந்து சப்தம் எழுப்பின. ஈரநிலம் குளுமை படிந்துபோய்க் கிடந்தது. இவன் பூரணியை இழுத்து அணைத்துக் கொண்டான். முகத்தை நிமிர்த்தி இதழ்களைக் கவ்வ எத்தனித்தான்..

இவனுக்கு நினைவுகள் கலைந்ததும் சந்தோசமாகவே இருந்தது. மண்பாதையில் பனைநிழல் மறைந்து விட்டது. மாடுகள் எதிர்ப்பட்டு வந்தன. விலகி மிதிவண்டியை ஓட்டினான். முன்பனிக்கால அந்தி, குளிர்கொண்டுவிட்டது. சீக்கிரமே பொழுதும் இறங்கிவிட்டது. இவன் மிதி வண்டியில் வீடு வருவதைக் கண்டதும் வாசலில் நின்ற பூரணி கேட்டாள்.

'எதுக்கு மச்சான்... சைக்கிளு... மருக்காவும் பன்னிக் கறி விக்க போறீங்களா..'

"வெளையாடாதே பூரணி... நாளைக்கு நான் உன்ன... ஊருக்கு நடந்தா கூட்டிட்டு போகமுடியும்..?"

பூரணி எதுவும் பேசவில்லை. சிரித்தாள். இரவு இவனுக்கு அயிரை மீன் கருவாட்டுக் குழம்பைச் சூடுபண்ணிக் கொடுத்தாள். இவன் சாப்பிட்டு முடித்ததும் வாசலுக்கு வந்து வானத்தைப் பார்த்தான். ஆயிரக்கணக்கான விண்மீன்கள் ஜொலித்து எங்குமே மின்னல் இல்லை. தேய்பிறை நிலா உச்சியில் இருந்தது. வீட்டுக்குள் வந்து படுத்ததும் உறங்கிவிட்டான். பனையோலைக் கூரை மீது ஏதோ சடசடப்புக் கேட்டு கண்விழித்தான். மழை கனத்துப் பெய்து கொண்டிருப்பதை உணர்ந்தான். எப்படித் திடீரென மழை இறங்கிற்று என்பது புதிராகவே இருந்தது. கதவைத் தாழ்நீக்கி வாசற்படிக்கு வந்து நின்று வெளியே பார்த்தான். காற்றின் சுழற்சியில் அடர்ந்த துளிகள் சிதறித் தெறித்துக்கொண்டிருந்தன.

பெருகிய மழை நீரோடு எருமைத்தேள் ஒன்று கொடுக்குயர்த்திப் போய்க்கொண்டிருந்தது. வாடகை மிதிவண்டி ஈரம் சொட்டச் சொட்ட பூவரச மரத்தடியில் விழுந்து கிடந்தது. நேரம் என்னவாக இருக்கும் எனத் தெரியவில்லை. இவன் வீட்டுக்குள் வந்து பாயில் அமர்ந்தபடி 'எடாலை'ப் பற்றி நினைத்தான். எலிகள் விழுந்திருக்குமாவென்று யோசித்தான். மின்னல் வெட்டி இடி இடித்தது. உறக்கமே வர வில்லை.. நிரல் கெட்டுவிட்டது...

இருள் பிரியுமுன் எழுந்தான். கரைவெளிக்கு ஓடினான். வயல்கள் வெள்ளக்காடாய்க் கிடந்தது. வண்டல்மண் வரப்புகள் வழுக்க ஆரம்பித்தது. நாலாத் திக்கும் தவளைகள் கத்தின. நெற்பயிர்கள் ஆங்காங்கே தண்ணீரில் மிதந்து போய்க்கொண்டிருந்தன. இவன் 'எடால்', ஒன்றையே குறிவைத்து ஓடினான். கிழக்கு வெளுத்துவிட்டது. மெல்ல வெளிச்சம் பரவிற்று. மொய்யானம் படுகை போய்ச் சேர்ந்தான். மேற்கு வரப்பில் உடைப்பு எடுத்திருந்தது. தண்ணீர் வழிந்து நாணலுக்குள் விழும் ஒலி கேட்டது. எடால் கவட்டையெல்லாம் பிடுங்கிக்கொண்டுவிட்டன. கண்ணிச் சுருக்குகள் வெறுமனே இறுகி நீரில் மிதந்தன. எலிகள் விழுந்ததற்கான அடையாளமே இல்லை. இவனுக்குக் கோபம் வந்தது. மேலே அண்ணார்ந்தான். வானம் வெளிறி மழை பெய்ததற்கான அறிகுறியே இல்லாமல் இருந்தது.

இவன் குனிந்து எடால் கயிற்றைச் சுருட்டினான். கவட்டைகள் எல்லாம் நீரில் ஊறிப்போயிருந்தன. தூக்கித் தோளில் போட்டான். சுமை அதிகமாகிவிட்டது. கால்களைச் சேறு அப்பிக்கொண்டது. வரப்புகளில் நண்டுகள் வளை தோண்டிவிட்டன. நெற்கற்றைகளிடையே நீர் தெளிந்துவிட்டது.

சின்னாம்பல் கொடிகள் தண்டுடன் மிதந்தன. அசதி அதிகமாயிற்று. வீடு வந்து சேர்ந்தபோது பொழுது கிளம்பிவிட்டது. வாசற்படியில் மாமியாரின் செருப்பு கழற்றியிருப்பதைக் கண்டான். நடைக்கு வெளியே அடுப்புப் புகை கசிந்து வந்து கொண்டிருந்தது. பூரணி தலைக்குக் குளித்து கனகாம்பரப்பூ சூடியிருந்தாள். மூக்குத்தி மின்ன சிரித்தாள்.

'அம்மாவும் நானும், செல்வநாயகி பஸ்ஸுக்கே போறோம். நான் கலியாணம் மூச்சு பொண்ணு மாப்பிள்ளை விருந்துக்கு வரும்போதாவது ஒரு சீலை எடுத்துக் குடுக்க மறந்தறாதீங்க மச்சான்..."

பூரணி மீண்டும் சிரித்துவிட்டு வீட்டுக்குள் போய்விட்டாள். இவன் எரிச்சலுடன் எடாலை பூவரசமரத்தடியில் வீசி எறிந்தான். நிராசை கவிழ வாடகை மிதி வண்டியை எடுத்துக்கொண்டு உருட்டினான். வாடகை கொடுக்க சுத்தமாகக் காசு இல்லை என நினைத்ததும் சட்டென நின்றான். ஒற்றைத் தடத்தில் மழை வெயில் சுள்ளென இறங்கியது.

- அந்திமழை, ஜூலை 2014

கொம்பூதிகள்

நாய்களின் குரைப்பொலி கேட்டு இவன் கண்விழித்தான். சல்லிமண் சுத்திண்ணையிலிருந்து எழுந்து வீதியில் வந்து பார்த்தான். இருள் அகல இன்னும் சற்றுநேரம் இருந்தது. பின்வளவிலிருந்து ஆட்கள் திடுமுட்டி தட்டியபடி வீதியில் நுழைந்து வந்துகொண்டிருந்தார்கள்.

“பங்குனி உத்திரக்காவடி புறப்படுவதாலே... கொம்பூதரவங்களும் கொட்டுக்காரர்களும் கட்டாயம் ராத்திரி ஊர்த் தலைவாசலுக்கு வந்துரும்படி பெரியவூட்டு எசமாங்க உத்தரவிட்டு இருக்காங்கோ...''

திடுமுட்டி விசையாகத் தட்டப்பட்டது. ஆட்கள் நகர்ந்து அடுத்த வீதியில் சென்று மறைந்தார்கள். நாய்கள் குரைத்தபடிப் பின்தொடர்ந்து போயின. இவன் மறுபடியும் சல்லிமண் சுத்திண்ணைக்கே வந்து உட்கார்ந்தான். இப்படி திடுமுட்டி தட்டிப் போகும்போது எல்லாம் இவனுக்கு அம்மாவின் ஞாபகம்தான் எழும்.

அந்த வருஷம் தீர்த்தக்காவடிக்குத் திடுமுட்டி தட்டும்போது முதல் கார்மழை இறங்கிப்பெய்து ஓய்ந்த விடியற்காலை வீதியெங்கும் மழைநீர் பெருகி வடிந்த ஈரம் கரிக்குருவியின் இடைவிடாத குரல். இவன் சடைவாக வீட்டுக்குள் படுத்திருந்தான். நடைக்குள் தலையைக் குனிந்தபடி உள்ளே வந்த அம்மா இவனை எழுப்பினாள்.

“அடேய்... அட்டாழியில கெடக்கற கொம்பை எடுத்துத் தொடைச்சு வெய்யி... ராத்திரிக்கு அவகாசம் இருக்காது''

இவன்துப்பட்டியால்கழுத்துவரைபோர்த்திக்குறுக்கிப்படுத்தபடியே சொன்னான்.

“இந்த வருஷம் நாங்காவடிக்கு கொம்பூதப் போகப்போறதில்ல...''

“தொரை... அப்ப எசமாங்க மாதிரி காவடி எடுக்கப் போறீங்களா...?''

“இல்ல... லாரிக்கு போகப் போறே...?''

அம்மா புரியாமல் பார்த்தாள். நடைக்கு வெளியே தெரியும் வீதியில் வெளிச்சம் பரவியிருந்தது.

“நாளைக்குக் கோவிந்தசாமி பண்ணாடி லாரி காங்கேயத்துல இருந்து காக்கிநாடாவுக்கு... நெய் டின்னு ஏத்திக்கிட்டுப் போகுதாமாம். என்னக் கிளீனராக் கூட்டிட்டுப் போறதாச் சொல்லியிருக்காங்க...''

அம்மா பதில் ஏதும் கூறவில்லை. பித்தளை அண்டாவைக் கொண்டுவந்து பனைந்தப்பை அட்டாலியின் கீழாகப் போட்டு அதன்மீது ஏறினாள். கையைவிட்டுத் துழாவிக் கொம்பை எடுத்தாள். அடுப்படி வெளிச்சத்துக்குக் கொண்டுப் போனாள். கரித்துணியால் கொம்பைத் துடைத்துக்கொண்டே பேசினாள்...

“எனக்கும் உங்கப்பனுக்கும் அடுத்தடுத்து அஞ்சும் பொட்டப் புள்ளையா பொறந்துச்சு... மண்ணு தள்ளறதுக்கு ஒரு மகனில்லியேன்னு உங்கப்பனுக்கு ஒரே ஆதங்கம். மனுசனுக்கு ஆகாரம் தொண்டையில எறங்கறதில்லை.. பொழுதின்னிக்கும் பய்யன் வேணும்.. பய்யன் வேணுமுன்னு ஒரே பொலம்பல்... எனக்கோ பயம்...

எங்கே மறுக்காவும் பொட்டப்புள்ளையா பொறந்து தொலச்சிட்டா என்ன பண்ணறதுன்னு... உங்கப்பனோட ஆசைக்கு எணங்காமலே நாளத்தள்ளிக் குடுத்துக்கிட்டு வந்தேன்...''

இவன் துப்பபடியை விலக்கி எழுந்தமர்ந்தான்.

“இப்ப எதுக்கு இந்த அந்தக் கதையெல்லாம்?”

“எப்ப நீ காவடிக்குக் கொம்பூதமாட்டேன்னு சொன்னியோ... அப்பவே நீ இந்தக் கதையெல்லாம் கேட்டுத்தான் ஆகணும்... அப்பத்தான் உனக்குப் புரியும்.. அம்மாக்காரி காலங்காத்தால காரியமாத்தான் ஒப்பாரி வெக்கறான்னு...''

இவன் மறுப்பேதும் பேசாமல் மௌனமானான். “அந்த வருஷம் காவடி தீர்த்தம் முத்திரிக்க கொடுமுடி கௌம்பிச்சு... கொட்டக்காரங்க பலகையடிக்கறாங்க... மோகாளி வேசங்கட்டி ஆடறாரு... கரகாட்டகாரங்க வந்துட்டாங்க... சாமி மாடு சேகண்டியோட நிக்குது... ஆனா கொம்பூதர நாசம்மா புருஷன் செத்துப் போனதால கொம்பூத மட்டும் ஆருமில்ல...

கௌம்பற நேரத்துல காவடிக்காரங்களுக்குக் கொம்பு இல்லாதது ஒரு கொறையாத் தெரிஞ்சுச்சு... அப்பத்தான் நானு உங்கப்பனைக் கூப்பிட்டு தெக்கு மின்னா நின்னு பழனிமலை ஆண்டவனைக்

காட்டிச் சொன்னேன்... இந்த வருஷத்திலிருந்து நீ காவடிக்குக் கொம்பூதய்யா அந்த ஆண்டவன் நமக்கு நிச்சயமா ஆம்பளப் புள்ளையக் குடுப்பாருன்னு... உங்கப்பனும் மறுபேச்சு பேசாம... காவடிக்குக் கொம்பூதிச்சு... அடுத்த வருசமே நீ பொறந்தே... ஆறாவதாகப் பொறந்த உனக்கு ஆறான்னு அந்த ஆண்டவன் பேரையே வெச்சோம்...

அம்மா பேச்சை நிறுத்தித் துடைத்துக் கொண்டிருந்த கொம்பைக் கோரைப்பாயின் மீது வைத்தாள். இவன் அம்மாவைப் பார்த்தபடியே இருந்தான்.

"உங்கப்பனும் பதினாரு வருஷமா.. ஒரு வருஷம் தவறாம காவடிக்குக் கொம்பூதிட்டாரு... ஆனா சாகறதுக்கு முன்னால எங்கிட்ட ஒன்னே ஒன்னு சொன்னாரு... அப்ப நீ பள்ளிக்கூடம் போயிட்டே... ஆறான். படிச்சு கலெக்டர் வேலைக்கே போனாலும் வருஷா வருஷம் காவடிக்குக் கொம்பூதறத மட்டும் நிறுத்தக் கூடாதுன்னு சொன்னாரு...'' அம்மாவுக்குக் கண்கள் துளிர்த்திருந்தன. இவன் எதுவும் பேசாமலிருந்தான். சட்டென அம்மா நகர்ந்து சப்பணமிட்டு அமர்ந்தாள். கொம்பைத் தூக்கி உதட்டில் பொருத்தினாள். ஊதத் தொடங்கி உச்சஸ்தாயிக்குப் போனாள். ஒரு தேர்ந்த கொம்பூதி போலவே அம்மா ஊதும் லாவகம் இருந்தது. வீதியில் செல்பவர்கள் நின்று கேட்டுவிட்டுப் போயினர். நீண்ட நேரத்துக்குப் பின்பே அம்மா ஊதுவதை நிறுத்திக் கொம்பை இறக்கினாள்.

"என்னடா பாக்கற... உங்கப்பன் எனக்கு நல்லா கத்துக் குடுத்திருக் காரு... நீ போகலீன்னா இந்த வருசம் நானே காவடிக்குப் போயீ... கொம்பூதப் போறேன்... மத்தியானமா போயி... பெரியவூட்டு எசமாங்கிட்டேயும் சொல்லப்போறேன்.''

அன்று இளமதியம் மீண்டும் கார்மழை இறங்கியது. சடசடவென கல்லுமாரி விழுந்தது. வீட்டுக்குள்ளே இருந்த இவன் கொம்பை எடுத்து ஊதிப் பழக ஆரம்பித்தான். அம்மாவே கத்துக் கொடுத்தாள்.

எல்லாம் நேற்று நடந்தது போலவே இருந்தது. இவன் காவடிக்குக் கொம்பூதப்போய் மேலும் ஒரு பதினாறு வருசம் ஓடிவிட்டது. கிழக்கு வெளுத்துவிட்டது. இவன் எழுந்து வீட்டுக்குள் போனான். அம்மா நடுவீட்டில் அமர்ந்து கொம்பூதுவது போலவே இப்போதும் ஒரு பிரமை ஏற்பட்டது. பனந்தப்பை அட்டாலி மீது கிடந்த கொம்பை எடுத்தான். போன மாசிமாதம் இச்சுப்பட்டி மாரியன் சாட்டுக்கு

ஊதியிருந்ததால் கொம்பு சுத்தமாகவே இருந்தது. கீழ்ப்பகுதியில் ‘சீக்கி’ மட்டும் கொஞ்சம் ஆடியது. பகலில் ஐஸ் வியாபாரம் முடிந்து திரும்பும்போது செங்காட்டூர் சுப்பராய ஆசாரியிடம் கொடுத்துக் கொஞ்சம் ‘சீக்கி’யைச் செடிய வேண்டும் என நினைத்தான். வடக்கே எங்கோ வெள்ளாடு கத்திற்று. இவன் கொம்பைச் சூதானமாகத் தூக்கிக் கொண்டு போனான். ஐஸ்பெட்டி வைத்துக் கட்டிய மிதிவண்டியின் கைப்பிடியில் மாட்டித் தொங்கவிட்டான். இலந்தை மரவாதுகளுக்குள் செம்பூத்தும் குயிலும் மாறிமாறிக் குரலிட்டன. இவன் மறுபடியும் சல்லிமண் சுத்திண்ணைக்கே வந்து உட்கார்ந்தான். இவனுக்கு மீண்டும் நினைவு, போன வருசக் காவடிக்குத் தாவிற்று.

கொடுமுடி காவிரி ஆற்றங்கரை. வெயில் எரிக்கும் முற்பகல். மணல் திட்டாங்கரையெங்கும் காவடிக்காரர்களின் சங்கமம். அப்போதுதான் கரகாட்டம் ஆடி ஓய்ந்தது. கொடுக்காரர்கள் பலகையைச் சூடுபடுத்தத் தீமூட்டிய இடத்துக்கு நகர்ந்தார்கள். இவனும் கொம்பை இறக்கி மூச்சு வாங்கினான். அந்தச் சமயத்தில் அக்கரையிலிருந்து தீர்த்தம் முத்தரித்துக் கொண்டு வந்த காட்டூர் பெரியகாவடி கூட்டத்துக் கொம்பூதிகளும் கொட்டுக்காரர்களும் கரகாட்டக்காரர்களும் இவர்களைப் போட்டிக்கு அழைத்தனர். வருசா வருசம் நடக்கும் போட்டிதான்.

இவர்கள் எல்லோரும் அவசரமாக மறுபடியும் கூடினர். எதிரணியில் மூன்று கொம்பூதிகள் இருந்தனர். இவன் ஒற்றைக் கொம்பூதி. ஆனால், இவனின் கொம்பு முழக்கம் உச்சத்தைத் தொட்டது. கொட்டுக் காரர்களும் விட்டுக் கொடுக்கவில்லை. அடுத்ததாகக் கரகாட்டத்தில் குறவன் குறத்தி ஆட்டம் இரு அணிகளுக்கும் நேரடியாகப் போட்டி மூண்டது. ஓய்வின்றி நாயண வாசிப்பு. விசை கொண்ட மத்தள ஒலி. ஆட்டம் விறுவிறுப்பை எட்டியதும் மற்ற காவடிக்காரர்களும் சாமி தரிசனம் செய்யவந்த சனங்களும் திரண்டு வேடிக்கை பார்க்க ஆரம்பித்தனர். ஆற்று வெளியே உற்சாகத்துக்கு ஆட்பட்டதுபோல இருந்தது.

பெரிய குறத்தியும் குறவனும் பின்வாங்கவில்லை. சாகசங்களில் இறங்கினர். இப்போது சுற்றி வந்து நான்கு சின்னக் குறத்திகளும் ஆடினர். கண்மை தீட்டிய சங்கு போன்ற விரிந்த விழிகள் ஒருத்திக்கு. இவனையே பார்த்தபடி ஆடினாள். நல்ல உயரம். இடுப்பு அசைவில் ஒருவிதக் கவர்ச்சி. அவள் பார்வையை இவனைவிட்டு மாற்றவில்லை. சின்னக் குறவன் படுத்துக்கொண்டான். குறத்தி வாயில் கவ்விய கத்தியால் வாழைப்பழம் வெட்டும் சாகசம் நிகழ்த்தினாள். குறவன் இரட்டை அர்த்தத்தில் பேசிச் சிரிப்பு மூட்டினான்.

அவள் கிட்டத்தில் வந்து இவன் மேல் உரசி ஆடிப் போனாள். கண் ஜாடை காட்டினாள். இவனுக்கு ஒரு கணம் மூச்சு முட்டியது. மனசுக்குள் திக்கென்றது. உதடுகள் தானாகச் 'சீக்கி'யைப் பிரிந்தது. அவள் வட்டமிட்டு அபிநயத்தபடியே இவனைப் பார்த்துச் சிரித்தாள். நேரம் போயிற்று.

அனல் வெயில். சூடேறிய மணல் பாதங்களைச் சுட்டது. தீர்த்தக் கலசமும் காவடியும் சுமந்த காட்டூர் காவடிக்காரர்கள் கலைந்து போகச் சப்தமிட்டனர். இந்த வருசமும் இவர்களே வென்றனர். காவடிகள் பிரிந்தன.

ஆற்றில் கழுத்து முட்ட நீர் ஓடிற்று. அடியாழத்தில் நீர்ப்பச்சை படிந்த கூழாங்கற்களின் மேல் பாதங்கள் பிடிமானமில்லாமல் வழுக்கின. காவடிக்காரர்கள் பெரிய வீட்டுக்காரர் சப்தம் போட்டார்.

"ஆத்துல தண்ணீ சாஸ்தி... எல்லோரும் வேய்க்கானமா வாங்க... ஒத்தீல போயிறாதீங்க... தண்ணீ அடிச்சுட்டுப் போயிரு... முடியாதவங்க புடிச்சு வாங்க..."

இவன் கொம்பை இடது கையால் தலைக்கு மேலே தூக்கிப் பிடித்துக்கொண்டு ஆற்றில் இறங்கினான். நீர்பிரவாகம் பயமுறுத்திற்று. ஆகாயத் தாமரைகள் வேருடன் மிதந்து வந்தன. இவன் வலது தோள் பற்றியது ஒரு வளைக்கரம். ஜாதிமல்லிப் பூவின் வாசனை. கரகத்துடன் அவள். கண்மை தீட்டிய சங்கு போன்ற விரிந்த விழிகள் கிட்டத்தில் நோக்கின. அவள் இடதுகை இவன் இடுப்பை வளைத்துக்கொண்டது. நீருக்குள் இவன் பாதத்தின் மேல் பாதத்தை வைத்து அழுத்தினாள்.

"நான்... சாந்தினி..."

இவனுக்கு வார்த்தைகள் வெளிவரவில்லை. சுழித்தோடும் நீரின் சலனத்தைக் கேட்டபடியே முன்னேறினான்.

"நீங்க ஒத்தையில எதிர்க் கொம்புக்காரங்களைச் சமாளிச்சீங்க..."

இவன் அசட்டுச் சிரிப்பு சிரித்தான். அவள் இவன் இடுப்பைக் கிள்ளி கிச்சுகிச்சுப்படுத்தினாள்.

"நான்... நல்லா ஆடினேனா?"

"ம்ம்ம்..."

"என்னைப் புடிச்சிருக்கா உங்களுக்கு..?"

"ம்ம்ம்..."

"ஊர் போனதியும் செல்போன் வாங்கறேன் நம்பர் கொடுக்கறேன்... நீங்க செல்போன் வாங்கலியா?"

"ம்ம்ம்.."

"உங்களை நான் 'ம்ம்ம்'ன்னுதான் கூப்பிடப்போறேன்..."

"ம்ம்ம்..."

அவள் சாயம் பூசிய உதடுகளில் புன்னகை விரிந்தது. கொட்டுக்காரர்கள் இருவரையும் பார்த்துச் சிரித்தனர். தண்ணீர் அளவு குறைய ஆரம்பித்தது. அவள் பிரிந்து கரகாட்டக் கோஷ்டியினருடன் சேர்ந்து கொண்டாள். நீர்வெள்ளத்தைக் கடந்து பெருநாரைக் கூட்டம் போயிற்று. அக்கரை மணல்வெளி தகிக்கும் சூடேறிக் கிடந்தது.

பெரிய வீட்டுக்காரர் கீற்றுப் பந்தல் ஒன்றைப் பிடித்துக் காவடியை ஒற்றினார். புரோகிதர் வந்தவுடன் காவடிக்காரர்கள் குளித்து, கலசத்தில் தீர்த்தம் முத்திரிக்க வரிசையாக நீருக்குள் இறங்கினர். அவள் இவன் கிட்டத்தில் வந்தாள்.

"நம்ம விசயம் ரொம்ப ரகசியமா இருக்கணும்... குறத்தியக்காவுக்குத் தெரிஞ்சுரக் கூடாது. நான் இனி உங்கள பாக்கமாட்டேன்... பேச மாட்டேன்.. ஆனா ஒவ்வொரு நிமிசமும் நெனைச்சுக்கிட்டே இருப்பேன்... அடுத்த வருசம் காவடி முடிஞ்சதியும் நாம கலியாணம் பண்ணிக்கலாம்..."

அவள் கொலுசொலி அதிர திரும்பிப் பார்க்காமலேயே நடந்து கரகாட்ட கோஷ்டியினரிடம் போய்விட்டாள். இவனுக்கு எல்லாம் கனவில் நடப்பதுபோலவே இருந்தது. அண்ணாந்து உச்சிப் பொழுதைப் பார்த்தான். உச்சிப் பொழுதுதான் சாட்சி என நினைத்தான். நான்கு மாதங்கள் போயிருந்தன. ஆடிக் கடுங் கோடைக்காற்று மரங்களை ஆவேசமாக உலுக்கிக்கொண்டிருந்த மதியத்தில் இவனுக்கு ஒரு கடிதம் வந்தது. அப்போது இவன் நல்லமடம் பள்ளிக்கூடத்தின் முன்பு ஐஸ் விற்றுக்கொண்டிருந்தான். தபால்காரர் கொடுத்த நீலவண்ணக் கடிதத்தைத் தள்ளிப்போய் நின்று பிரித்தான். அதே உச்சிப்பொழுது பார்க்க சாந்தினியின் முத்து முத்தான கையெழுத்துகள் என் அன்பு 'ம்ம்ம்'க்கு எனத் தொடங்கி கடிதமெங்கும் விரவிக் கிடந்தது. இறுதியில் ஒரு செல்போன் எண்ணும் கொடுத்திருந்தாள்.

இவன் ஐஸ் வியாபாரத்தைப் பாதியில் விட்டுவிட்டு மளிகைக் கடையை நோக்கி மிதிவண்டியைச் செலுத்தினான். ஒரு ரூபாய் நாணயம் போட்டு சாந்தினியிடம் பேசினான். பன்னிரண்டு நாணயங்கள்

தேவைப்பட்டன. மறுதினமே தெற்குவளவு பண்ணாடியிடம் வட்டிக்குக் கடன் வாங்கி செல்போன் வாங்கினான். ஐப்பசி வரைக்கும் இருவரும் அடிக்கடி பேசிக்கொண்டேயிருந்தார்கள். அடைமழை கொட்டிய ஒரு ராத்திரியில் சாந்தினியின் செல்போன் எண் திடீரென அணைத்து வைக்கப்பட்டிருப்பதாக வந்தது. ஐந்து மாதங்கள் கழிந்தன. அதன் பின்பு இன்றுவரை தொடர்புகொள்ள முடியவே இல்லை. தஞ்சாவூர் சென்று தேடலாம் என்று கூட நினைத்தான். ஏனோ செல்ல மனம் ஒப்புக்கொள்ளவில்லை. இவனுக்கு இந்த வருசம் காவடிக்குக் கரகாட்டம் ஆட, சாந்தினி எப்படியும் வந்துவிடுவாள் என்கிற நம்பிக்கை இருந்தது. முடிந்தால் பழனிமலையில் வைத்தே சாந்தினியைக் கல்யாணமும் செய்துகொள்ள வேண்டும் எனவும் தீர்மானித்திருந்தான்.

அன்று சாயங்காலத்திலிருந்தே ஊர்ச்சனங்கள் குதூகலித்துக் கிடந்தனர். காவடி கொடுமுடி கிளம்பும் நேரத்துக்காகக் காத்திருந்தனர். இருள் சூழ்ந்தும் இவன் கொம்பை எடுத்துக்கொண்டு ஊர்த் தலைவாசல் போனான். ஏற்கெனவே கொட்டுக்காரர்கள் வீதிவிளக்கு வெளிச்சத்தின் கீழ் வட்டமிட்டு நின்று பலகையடித்துக்கொண்டிருந்தனர். காவடி எடுப்பவர்கள் விநாயகர் கோவில் கல்திண்ணையெங்கும் அமர்ந்திருந்தனர். எல்லோரும் மஞ்சள் வேட்டி மஞ்சள் துண்டு அணிந்து ஒரேமாதிரி இருந்தனர். இவனும் கொட்டுமுழக்கு ஓசைக்கு இணக்கமாகக் கொம்பு ஊதத் தொடங்கினான்.

அந்தச் சமயத்தில் டெம்போ ஒன்று வந்து நின்றது. ஒருவர்பின் ஒருவராக டிரம்ஸ் அடிப்பவர்கள் இறங்கினர். விநாயகர் கோவில் வாசலுக்குச் சென்று சாமி கும்பிட்டனர். பின் வீதி விளக்கு வெளிச்சத்துக்கு வந்தனர். தப்பட்டைக்காரர்கள் அணியாகப் பிரிந்து நின்றனர். நடுநாயகமாக டிரம்ஸ் அடிப்பவன் நின்றான். டிரம்ஸ் முழங்கிற்று. தப்பட்டைக்காரர்கள் தப்படி வைத்து ஆட்டத்தைத் தொடங்கினர். காலடியில் புழுதிகள் கிளம்பின. இவன் கொம்பூதுவதை நிறுத்தினான். கொட்டுக்காரர்களும் பலகையடிப்பதை நிறுத்தினர். இவன் கொட்டுக்காரர்களைக் கூட்டிக்கொண்டு பெரிய வீட்டுக்காரரை நோக்கிப் போனான்.

“என்ன சாமி இதெல்லாம்?’’

அபிசேகம் கரைத்துக் கொண்டிருந்த பெரிய வீட்டுக்காரர் எதுவும் பேசாமலேயே இருந்தார்.

"எங்கள வேண்டாமுன்னு சொன்னா நாங்களே நின்னுக்கறோம்... எதுக்கு இப்பிடிக் கூப்பிட்டு வச்சு அவமானப்படுத்தனும்?"

"நான் என்னப்பா பண்ணுவேன்.. எல்லாம் நம்ம ஊர் இளவட்டங்கள் எடுத்த முடிவு..."

"அப்பா நாங்க எல்லா நல்லா அடிக்கறதில்ல... ஊதறதில்லின்னு சொல்றீங்களா?"

பெரிய வீட்டுக்காரர் தலையைத் தாழ்த்திக்கொண்டார். அந்தக் கணம் இளவட்டத்திலிருந்து ஒரு குரல் வந்தது.

"பின்னே... சாவுக்கு அடிக்கறமாதிரி செத்தடி அடிக்கறீங்க... ஊதுறீங்க... அத நாங்க பொறுத்துக்கிட்டு உங்களையே கட்டிக்கிட்ட அழனும்..."

"சாமி அபாண்டமா பழி சுமத்தாதீங்க... அந்தப் பழனி ஆண்டவனுக்கே பொறுக்காது..."

இளவட்டங்கள் ஆளாளுக்குக் குறைசொல்ல ஆரம்பித்தனர். பெரிய வீட்டுக்காரர் எழுந்து இருபக்கமும் கத்தி, அமைதிப்படுத்தினர். பின் இவர்களைப் பார்த்துப் பேசினார்.

"இங்க பாருப்பா... காவடி பொறப்படற நேரத்துல எதுக்கு வீண் சண்டை. இந்த வருசம் டிரம்ஸ் வரட்டும். பேசி முடிவு பண்ணிக்குவோம்... உள்ளூர் ஆட்கள் நீங்கதான் விட்டுக்குடுக்கணும்."

கொட்டுக்காரர்கள் தங்களுக்குள்ளே பேசியபடியே கலைந்து போனார்கள். இவனுக்கு இயலாமையினால் மனம் வேதனைப்பட்டது. அவமானப்பட்டு விட்டதுபோல உணர்ந்தான். ஊர்சனங்கள் டிரம்ஸின் ஆட்டத்தை ரசித்துக்கொண்டிருந்தனர். கொம்பைத் தோளில் தொங்கவிட்டபடித் தலைவாசலைவிட்டுப் புறப்பட்டான். அப்போது வந்து நின்ற வெள்ளை நிற வேனிலிருந்து கரகாட்ட கோஷ்டியினர் இறங்கினர்.

பழைய ஆட்கள் எல்லோருமே இருந்தனர். சாந்தினியை மட்டும் காணவில்லை. அவர்கள் ஒப்பனை செய்ய ஊருக்குள் நடந்தனர். இவன் பின்னால் சென்று பெரிய குறத்தியிடம் கேட்டான்.

"எங்கே... சின்னக்குறத்தியில ஒரு ஆளு கொறையுது..."

"ஓ? சாந்தினியைக் கேட்கறீங்களா...?"

"ம்ம்ம்..."

பெரியகுறத்தி திரும்பி சின்னக் குறவனைக் கூப்பிட்டாள்.

"டேய் சுரேஷூ"... பார்த்தியா... இந்த ஊர்ல உம்பொண்டாட்டிக்கு ரசிகர்..."

சின்னக் குறவன் சிரித்தான்.

"அவ... மூணுமாசம் முழுகாம இருக்கா... டாக்டரு ஆடக் கூடாதுன்னு சொல்லியிருக்காரு..."

இவனுக்குக் காலடியில் நிலம் பிளப்பதுபோல இருந்தது. வீதி வீதியாக நுழைந்து நிராசையுடன் நடந்தான். சல்லிமண் திண்ணைக்கு வந்து படுத்தான். பின்வளவில் கொட்டுக்காரர்கள் இன்னும் புலம்பிக் கொண்டிருந்தனர். சாந்தினி நினைப்பு வந்ததும் காறித் துப்பினான். கண்களில் வழிந்த நீரைத் துடைத்துக்கொண்டான்.

நடுச்சாமம் கடந்த பின், டிரம்ஸ் முழங்க காவடி கிளம்பிற்று. திடீரென ஊரும் அடங்கிப் போயிற்று. இவனுக்கு உறக்கமே வரவில்லை. தனித்துவிடப்பட்டவன் போல உணர்ந்தான். அம்மா கொம்பு ஊதும் சித்திரம் மனத்துக்குள் திரும்ப திரும்ப எழுந்தது. இவன் எழுந்து கொம்பை எடுத்துக்கொண்டு வீதிக்கு வந்தான். தெற்கே திரும்பி நின்றான். இருளில் பழனிமலை படிக்கட்டு விளக்குகள் ஜெகஜோதியாக எரிந்துகொண்டிருக்கும் காட்சி தெரிந்தது. கொம்பை வெறி கொண்டு ஊதத் தொடங்கினான். கொம்பின் முழக்கம் உச்சஸ்தாயிக்குப் போனது. எங்கிருந்தோ வந்த நாய்கள் எதிரில் நின்று குரைக்கத் தொடங்கின.

-தி இந்து, சித்திரை மலர் - 2015

கருட வித்தை

அகாலத்தில் வந்து யாரோ வெளிநடைக் கதவைத் தட்டும் ஓசை கேட்டது. தோட்டத்து வீட்டின் ஆசாரத்துத் திண்ணையில் படுத்து உறங்கிக்கொண்டிருந்த நான் திடுக்கிட்டுக் கண்விழித்தேன். தோக்குருவிகள் ஊடுருவி முகட்டுவளையோரம் சடசடத்தபடிக் குறுக்கும் நெடுக்குமாகப் பறந்துகொண்டிருந்தன. மேல்விட்டத்தில் ஊர்ந்த பல்லி கணீர் கணீரெனச் சகுனித்தது. அதற்குள் கதவு மீண்டும் தட்டப்பட்டது.

நான் உள்ளுக்குள் பயந்துபோனேன். அவசரமாக எழுந்து காவி வேட்டியை இறுக்கிக் கட்டினேன். நடையை நோக்கிச் சென்றேன். ஒற்றை மாடவிளக்கு ஒளியில், சுவரில் அசைந்த என் நிழல் கூடவே வந்தது.

தாழ் விலக்கிப் பார்த்தபோது வாசற்படியில் கலவரத்துடன் அப்புச்சி நின்றிருந்தார். கையில் தீப்பந்தம்.

“பெருமாள் போயரைப் பூச்சி தொட்டிருச்சு...”

நான் பதில் பேசாமல் அப்புச்சி பின்னால் நடந்தேன். வழி அத்துவானமாகி வெறிச்சோடிக்கிடந்தது. காலடியில் தவளைகள் அரற்றியபடி தாவிக் குதித்தோடின. அப்புச்சி நேராக நூறு படிக் கிணற்றுக்குக் கூட்டிப்போனார். நீரலையடிக்கும் கீழ்ப் படியில் பெருமாள் போயர் கிடத்தப்பட்டிருந்தார். வாயில் வெண்நுரை தள்ளியிருந்தது. நீலம் பாரித்த உடம்பில் எவ்வித அசைவும் இல்லை. நாகசர்ப்பம் வீரியமாகத் தீண்டியிருக்கிறது என்பதை, பார்த்ததும் கண்டுகொண்டேன்.

“கேக்க மாட்டன்னு பிணையல் பாம்போட வெளையாண்டான். நாகப்பூச்சி எட்டடி இருக்கும். கனஜீவன்... கெண்டைக்கால் சதையில போட்டிருச்சு.”

அப்புச்சி தீப்பந்தத்தைத் தாழ்த்தி, கடிவாயைத் தொட்டுக் காண்பித்தார். பல் பதிந்த தடம் ரத்தம் கன்றித் தெரிந்தது. நான் அதே படியில் கிழக்கு பார்த்து அமர்ந்து கண்களை மூடினேன். சர்ப்ப விஷப்பாடத்தின் மந்திரத்தை உச்சரித்தேன். புறச்சூழலை மறந்தேன். மேல்படிக்கட்டில் இருந்து கம்பரிசி நாகம் சீறியபடிக் கீழிறங்கி வந்தது. அதே எட்டடி நீளம். நான் அசரீரியான தொனியில் கத்தினேன்.

“வா நாகராஜனே… வந்துட்டியா..? நீ செஞ்ச பாவத்தை நீதான் தீர்க்கணும்.”

கம்பரிசி நாகம் பெருமாள் போயரின் அருகில் சென்று படம் விரித்து நின்றது.

“போ… கடிவாயில் பல் பதிச்சு நஞ்சு எடு…”

கம்பரிசி நாகத்தின் படம் சட்டெனச் சுருங்கிற்று. வந்த வழியாக படியில் மேலே செல்ல யத்தனித்தது. நான் அதட்டினேன்.

“என்னடா… பின்வாங்கறே? என்னை மீறிப்போனா என்ன நடக்கும்னு தெரியும்ல..?”

கம்பரிசி நாகம் நிற்கவில்லை. நான் கோபம் அடைந்தேன். கருட வித்தைக்கான மந்திர உச்சாடனத்தைத் தொடங்கினேன். கம்பரிசி நாகம் படிகளைக் கடந்து மேலே போய்க்கொண்டே இருந்தது. என் மந்திர உச்சரிப்பு வெறியாவேசம் கொண்டது. எனக்கு இறக்கைகள் முளைத்தன. கருடனாகிவிட்டேன். அந்தரத்தில் பறந்தேன். கம்பரிசி நாகத்தைக் குறிவைத்தேன். கம்பரிசி நாகம் மிரண்டு வேகமெடுத்து ஊர்ந்தது. நான் கீழிறங்கி கூர்நகத்தால் நாகத்தின் நடுவயிற்றைக் குத்திக் கிழித்தேன். மீண்டும் அந்தரத்தில் ஏறி வட்டம் அடித்து நாகத்தின் தலையைக் குறிபார்த்துக் கீழ் இறங்கினேன். கம்பரிசி நாகம் தலை சிதைந்து மாண்டது. அடுத்து நான் நேராகப் பெருமாள் போயரிடம் பறந்தேன். திடீரென என் இறக்கைகள் செயல் இழந்தன. கிணற்றங்கரையில் நின்று ஒரு ஜடாதாரி கடகடவெனச் சிரித்தார்.

“உன்னால பெருமாள் போயரைக் காப்பாற்ற முடியாது. உன் கருட வித்தை பலிக்க நான் விடமாட்டேன்.”

தீப்பந்தத்தை வீசிவிட்டு படிக்கட்டின் மேல் ஏறி ஓடத் தொடங்கினார் அப்புச்சி. ஜடாதாரி மறுபடியும் சிரித்தார்.

“கருட வித்தை என்பது, பாம்பின் விஷம் நீக்கும் ஒரு தேவமந்திரம். தன்னையே கருடனாகப் பாவித்து விஷம் நீக்கும் ஒரு மாயவித்தை. அதன் காலம் இன்றோடு முடிந்துவிட்டது.”

நான் படிக்கட்டுகளை நோக்கித் தலை கீழாக விழ ஆரம்பித்தேன். கனவு கலைந்து சுயநினைவுக்கு மீண்டேன். இன்னும் கை கால்கள் நடுங்கின. உடம்பு வியர்த்துக்கொட்டியிருந்தது. கண்ட கனவின் பயம் நெஞ்சம் எங்கும் உறைந்து நின்றது. கனவின் தாத்பர்யமும் புரிந்துகொள்ள முடியாததாகவே இருந்தது. நெடுநேரமாக நூறு படிக் கிணற்றின் படிக்கட்டில் விழித்தபடி உட்கார்ந்திருந்த நான் எப்படிக் கண்ணயர்ந்தேன் என்பதும் புதிராகவே இருந்தது. உடனே என் மனம் பெருமாள் போயருடனான முதல் சந்திப்பு நேர்ந்த தருணத்தை நினைக்கத் தொடங்கியது.

ரௌத்திரி வருஷம். ஆடி அமாவாசை. திங்கட்கிழமை. சூரிய கிரகண நாள். பொழுது உதிப்பதற்கு முன்னர் இருந்தே ஊர் சனங்கள் கதவு, ஜன்னல்களை எல்லாம் சாத்திக்கொண்டு வீட்டுக் குள்ளேயே முடங்கிவிட்டனர். காலையிலேயே நிசப்தம் ஊரைச் சூழ்ந்துகொண்டது. நான் நிறைமாதக் கர்ப்பிணி சித்தியோடு உள்வீட்டில் உட்கார்ந்திருந்தேன். அப்பா ஆசாரத்துக் கட்டிலில் படுத்தபடி வானொலியில் சூரியகிரகணம் பற்றிய செய்திகளைக் கேட்டுக்கொண்டிருந்தார். பித்தளை அண்டா குடிநீரில் அருகம்புல்லைப் போட்டுவிட்டு வந்த அம்மா 'கிரகணம் முடியும் வரை யாரும் எதுவும் சாப்பிடக் கூடாது' எனக் கட்டளையிட்டுவிட்டுப் போனாள்.

எனக்கு ஏற்கெனவே பசித்தது. மூத்திரம் முட்டியது. வீதிக்குப் போக அனுமதி இல்லை. 'கெரகணம் விலக மதியம் ஆகும்' என்றார் அப்பா. அந்தச் சமயத்தில் அப்பாரய்யன் தடி ஊன்றியபடி வாசலில் வந்து நின்று சத்தமிட்டார்.

''அடேய்... உங்க சித்தப்பங்காரன் சொன்ன பேச்சு கேட்காம மோட்டாரப் போட்டு எள்ளுக்காட்டுக்குத் தண்ணி பாய்ச்சப் போயிட்டான். உங்கொப்பன வந்து `வேண்டாம்'னு சொல்லச் சொல்லு...''

ஆனால், அப்பா உடனே தோட்டம் செல்லவில்லை. சிறிது நேரம் நின்று பார்த்துவிட்டு அப்பாரய்யன் தடி ஊன்றியபடிச் சென்றுவிட்டார். விஷயம் புரிந்ததும் சித்தி அழ ஆரம்பித்துவிட்டாள். தொடர்ந்து வீதி பேச்சரவற்றே கிடந்தது. மதியம் வாக்கில் அப்பாரய்யன் திரும்பவும் வாசலில் வந்து நின்று குரல்கொடுத்தார்.

"முழுக் கெரகணம் புடுச்சிடுச்சு... அவென் கேட்கலை, ஆராச்சும் வந்து சண்டைபிடிச்சு உடுங்க..."

நான் ஆசாரத்துக்கு ஓடிவந்து சத்தமாகக் கேட்டேன்.

"கெரகணம் எப்படி அப்பாரு இருக்கு?"

"பொழுது மஞ்சளாயிருச்சு. நெழலு கட்டின மாதிரி இருக்கு. காக்கா குருவிகூட கத்தலை. நாய், பூனைகூட நடமாடலை."

அதன் பின்பு நெடிய மௌனம் கவிந்தது. அப்பாரய்யன் போய் விட்டார். வீதியில் பேச்சுச் சத்தம் கேட்டது. சித்தி என்னிடம் தோட்டம் போய் சித்தப்பாவைப் பார்த்துவரும்படிக் கூறினாள். அம்மா வெளிநடைக் கதவைத் திறந்ததும் நான் புறப்பட்டேன். ஊர் சனங்கள் வீதியில் நின்று மேலே அண்ணாந்து வானத்தைப் பார்த்துக்கொண்டிருந்தனர். மேற்கே சரியும் சூரியன் எப்போதும்போலவே இருந்தது.

நான் தோட்டம் சென்று தண்ணீர் ஓடிய வாய்க்காலைப் பிடித்துக் கொண்டு எள்ளுக்காடு வரை போனேன். இடுப்பு உயரம் வளர்ந்த எள்ளுச் செடிகள் பூவும் பிஞ்சுமாக மேகாற்றுக்கு அசைந்தன. நான், தண்ணீர் பாய்ந்திருந்த பாத்தி பாத்தியாகச் சென்று சித்தப்பாவைத் தேடினேன். நீண்ட நேரத்துக்குப் பின்னர் ஓர் இடத்தில் ஆள் அனத்துவது போல் கேட்டது. கிட்டத்தில் போய்ப் பார்த்தேன். சித்தப்பா மட்ட மல்லாக்க விழுந்துகிடந்தார்.

''பூச்சி தொட்டிருச்சுடா... கட்டுவிரியன். ஊருக்கு ஓடி அப்பாவைப் பாம்புப் பாடம் போடுற அய்யனைக் கூட்டிட்டு வரச் சொல்லு...''

சித்தப்பாவை இந்த நிலைமையில் பார்க்க எனக்குப் பயம் சூழ்ந்தது. நான் ஊரைப் பார்த்து ஓடினேன். இடையிலேயே அப்பா பால்போசியோடு மிதிவண்டியில் எதிரில் வந்தார். விஷயத்தைச் சொன்னதும் அப்பாவும் பதற்றமானார். மிதிவண்டியை என்னிடம் கொடுத்தார்.

நான் நல்லிமடம் போய்ப் பாம்புப் பாடத்து அய்யனைக் கூட்டி வரும்போது எள்ளுக்காடு எங்கும் ஊர் சனங்கள் கூடிவிட்டனர். சித்தியும் அம்மாவும் பெருங்குரலெடுத்து அழுதுகொண்டிருந்தனர். பாம்புப் பாடத்து அய்யன் சித்தப்பாவின் நாடியைப் பார்த்துவிட்டு வேப்பங்குழாய் ஒடித்து வந்து பாம்புப் பாடத்தைப் போட்டார். பின்பு, மௌனமாக நகர்ந்து நின்றார்.

"விதி முடிஞ்சாத்தான் விரியன் கடிக்கும்'னு சொல்வாங்க. அதுவும் அமாவாசை சூரிய கெரகணத்தன்னிக்குக் கடிச்சிருக்கு. வெஷமும் வெரசலா தலைக்கு ஏறுது. பொழைக்க வாய்ப்பில்லை. இனி ஆகிற காரியத்தைப் பாருங்க.''

114 | கல் சிலம்பம்

அதற்கு மேல்பாம்புப் பாடத்து அய்யன் அங்கு நிற்கவில்லை. வரப்பேறி ஊரை நோக்கி நடக்கத் தொடங்கினார். எல்லோரும் செய்வதறியாமல் திகைத்து நின்றோம். அந்த நேரத்தில்தான் மேற்கே கோவில்பாளையத்தில் இருந்து அப்புச்சி வந்துசேர்ந்தார்.

"வண்டியைப் பூட்டுங்க மாப்ள... இச்சுப் பட்டி பெருமாள் போயரைப் போயி கூட்டிவந்தோம்னா, பொழைக்க வெச்சிருவாரு.''

அப்பா விரைசலாகக் கட்டுத்தரைக்கு ஓடி எருதுகளை அவிழ்த்து சவ்வாரி வண்டியைப் பூட்டினார். அப்புச்சி எருதுகளின் தலைக் கயிற்றைப் பிடித்துக்கொண்டதும் நான் பின்னால் ஏறிக்கொண்டேன். நாலுகால் பாய்ச்சலில் எருதுகள் வேகமெடுத்தன.

பெருமாள் போயரின் வீடு இச்சுப் பட்டியின் தென்புறமாக ஒதுங்கியிருந்தது. பனையோலைக் கூரையிட்ட வீடு, சுற்றிலும் ஓடைக்கல் கட்டுமதில். அப்போதுதான் கிணற்றுவெட்டுக்குப் போய்விட்டு வந்து ஏறப்புத் திண்ணையில் உட்கார்ந்திருந்த பெருமாள் போயர், சவ்வாரி வண்டியைக் கண்டதும் எழுந்து வீதிக்கு வந்தார். முப்பத்தைந்து வயது இருக்கும். நிமிர்ந்த முதுகு. கடைவாயில் புகையிலை அதக்கல். கனத்த மீசைக்குள்ளே காவி முன்பற்கள் தெரியும் சிரிப்பு. அந்தச் சமயத்தில் வெள்ளாடு மேய்த்து ஓட்டிவந்த பெருமாள் போயரின் வீட்டுக்காரி எல்லம்மா எங்களைப் புரியாமல் பார்த்தாள். பெருமாள் போயர் வண்டியில் ஏறி அமர்ந்தபடியே வீட்டுக்காரியிடம் சொன்னார்...

"இவுங்க சின்ன மாப்பிள்ளையைக் கட்டுவிரியன் கடிச்சிருச்சி. நான் போயிட்டு வர்றேன்.''

நான் அதிர்ந்துபோனேன். நாங்கள் யாரும் எதுவும் சொல்லாமலேயே பெருமாள் போயருக்கு இந்த விஷயம் எப்படித் தெரியும்? விசித்திரமாகவே இருந்தது. எள்ளுக்காட்டில் சித்தப்பாவின் நிலை மிக மோசமாகவே இருந்தது. அப்பா வாயில் துண்டை வைத்தபடி குசுகுசுவென அப்புச்சியிடம் பேசினார்.

"போயிருச்சு...''

பெருமாள் போயர், அப்பாவின் பேச்சைக் காதில் வாங்காமல் சித்தப்பாவிடம் போனார். சித்தப்பாவுக்கு விழிகள் மேலேறிக்கிடந்தன. கூட்டம் தூரப்போய் நின்று அமைதியானது. அப்பாவும் சித்தியும்கூட அழுகையை நிறுத்தினர். பெருமாள் போயர் சம்மணமிட்டு கிழக்கு பார்த்து அமர்ந்தார். வாய்க்குள் ஏதோ மந்திரம்போல முனகினார்.

சற்று நேரத்தில் ஆகாயத்தில் கருடன் தீவிரமாகக் கத்துவது கேட்டது. கூட்டத்தோடு சேர்ந்து நானும் மேலே பார்த்தேன். கருடன் கீழே பார்த்தபடி வட்டமிட்டுக்கொண்டிருந்தது. அப்போது பெருமாள் போயர் ஒரு சிலைபோல இருந்தார்.

யாரும் எதிர்பாராத கணத்தில் கருடன் கீழே இறங்கி சித்தப்பாவை இரையை வேட்டையாடுவதுபோல அடிக்கத் தொடங்கியது. பின் சிறிது நேரம் மேலே பறப்பதும், கீழே இறங்கிச் சித்தப்பா மீது மோதுவதுமாக இருந்தது. பின் ஆகாயத்தின் உயரத்துக்குப் பறந்து திடீரென மறைந்துபோயிற்று. பெருமாள் போயர் எழுந்து கூட்டத்தோடு நின்ற அப்புச்சியிடம் வந்தார். அப்பாவும் கூட்டத்தினரும் நம்பிக்கையின்றி சித்தப்பாவையே பார்த்துக்கொண்டிருந்தனர். பெருமாள் போயர் சிரித்தபடிச் சொன்னார்...

“நான் ஒரு விடுகதை போடறேன். அதை விடுவியுங்க. அதுக்குள்ள அந்த அப்புனு எழுந்து உக்காந்திருவாரு.''

யாரும் பதில் பேசாமல் பயந்தபடியே இருந்தனர்.

“அக்கா புருஷன் அகலக் குடைக்காரன்...

தங்கச்சி புருஷன் தங்கக் குடைக்காரன்...

எம் புருஷன் மட்டும் இளிச்சவாயன்...

அது என்ன?”

கூட்டம் விடுகதையில் கவனம் செலுத்தவில்லை. தொடர்ந்து சித்தப்பாவையே கவனித்துக்கொண்டிருந்தது. வெயில் தாழ்ந்து வந்தது. சித்தப்பா கை கால்களை அசைத்தார். கூட்டம் சித்தப்பாவை நோக்கி ஓடியது. சித்தப்பா எழுந்து அமர்ந்து கண்களைத் திறந்து பார்த்தார். அன்று இருளில் சவ்வாரி வண்டியில் பெருமாள் போயரை வீட்டுக்குக் கொண்டுபோய் விடும்போது நான் கேட்டேன்...

“அந்த விடுகதைக்கு என்ன விடை?''

வண்டியில் இருந்து இறங்கும்போது சொன்னார்...

“எள்ளுச் செடி...''

இந்திராகாந்தியைச் சுட்டுக்கொன்ற மறு வருஷம். சித்திரை மாசம். எங்கள் தோட்டத்துக் கிணற்றில் ஜலத்தின் எல்லா ஊற்றுக்கண்களும் அடைபட்டுவிட்டன. அப்பாவும் சித்தப்பாவும் கிணற்றை மேலும் சில அடி ஆழப்படுத்த முடிவுசெய்தனர். அப்புச்சி கிணற்றுவெட்டுக்கு பெருமாள் போயரைத்தான் குத்தகைக்குப் பேசிவிட்டிருந்தார்.

அக்னி கழுவு ஆரம்பிப்பதற்கு முன் தினம். விடியக்காலைக் கருக்கலில் கடப்பாரை, கொத்தளம், கருமருந்து ஆகியவற்றுடன் பெருமாள் போயரும், எல்லம்மாவும் கிணற்றுமேடு வந்து சேர்ந்தனர். வந்ததும் கிணற்றுக்குள் இறங்கி அடிப்பாறையில் உருக்கு உளியை எல்லம்மா பிடித்துக்கொள்ள பெருமாள் போயர் சம்மட்டியால் அடித்துத் துளையிட்டார். சம்மட்டி ஓசை சுவரில் எதிரொலித்தபடியே இருந்தது. அந்தி சாயும்போது பத்துக்கு மேற்பட்ட குழியில் கருமருந்தை நிரப்பித் திரியைப் பொருத்தினார்.

அதே நேரம் எல்லம்மா கிணற்று மேடேறி ஆறேழு முறை சத்தமிட்டாள்.

“வேட்டு... வேட்டு... வேட்டு...”

வெள்ளாமைக் காட்டில் வேலையாக இருப்பவர்கள் தூரப் போய் நின்றுகொண்டதும் எல்லம்மா ஆண்களைப்போலச் சீழ்க்கையடித்தார். சீழ்க்கை ஒலி கிணற்றுக்குள் இருக்கும் பெருமாள் போயர் திரியைக் கொளுத்துவதற்கான சமிஞ்கை. பெருமாள் போயர் முதலில் கொளுத்தும் திரியின் நீளம் அதிகமானதாகவும் கடைசியாகக் கொளுத்தும் திரியின் நீளம் குறைவானதாகவும் இருக்கும்படிப் பொருத்தியிருந்தார். எல்லா திரிகளுக்கும் நெருப்பைப் பற்றவைத்துவிட்டு திரிகள் ஒவ்வொன்றும் சடசடவெனப் புகைய ஆரம்பித்த பின், கயிற்றைப் பிடித்து மேலே ஏறினார். கிணற்றுமேடு வந்ததும் தொளைவாரியைப் பிடித்துக்கொண்டு மறுபடியும் ஒருமுறை கிணற்றை எட்டிப்பார்த்தார். திரி நெருப்பு கருமருந்தை அடைந்திருக்கிறதா எனப் பார்த்துவிட்டு எட்ட நிற்பவர்களை நோக்கி ஓடிவந்தார். வேட்டுச் சத்தம் எழுந்ததும் அதன் எண்ணிக்கையை விரல்விட்டு எண்ணிக்கொண்டார். வேட்டுச் சத்தத்தை வைத்தே வெடிக்காத குழி எத்தனை என்பதைத் தெரிந்துகொள்ளும் உத்தி இது.

மறுதினம் பொழுது கிளம்பும் முன்னே சித்தப்பா கிணற்றுத் தொளைவாரியில் கவலை பூட்டினார். வடத்தில் இருந்து நீர் இறைக்கும் சால்பறிக்குப் பதிலாகக் குடைசீத்தை சிமிரால் பின்னப்பட்ட கல் சுமக்கும் கொறக்கூடையை மாட்டிக் கிணற்றுக்குள் விட்டார். ஏற்கனவே கவலை ஓட்டிப் பழகிய எருதுகள் பின்னோக்கியும் சாதுவாகவே வந்தன. நான் கிணற்றுக்குள் இறங்க முடியாமல் தவித்தபோது சித்தப்பா என்னைத் தூக்கி இந்தக் கொறக்கூடையில் உட்காரவைத்துக் கிணற்றுக்குள் இறங்கச் செய்தார். கீழே செல்லும்போது அடிவயிறு கலங்கி, மூச்சு முட்டியது. கூடையில் கல் ஏற்றிவிடும் பெருமாள்

போயரும் எல்லம்மாவும் எனக்கு நிறைய விடுகதை களையும் ராஜா ராணி கதைகளையும் சொன்னார்கள். நான் பசி மறந்து நாள் எல்லாம் கேட்டுக்கொண்டே இருந்தேன். அப்பா வந்து தொளைக்காலைப் பிடித்துக்கொண்டு சத்தம் போட்டாலும் மேலே ஏற மனசு கேட்காது.

ஒருமுறை வேட்டுக்குப் பெயர்ந்த பெரும் பெரும் கற்களைக் கூடையில் தூக்கிவைக்கும் போது எல்லம்மாவுக்குக் கை வழுக்கி கல் நழுவிவிட்டது. நல்லவேளையாக யாருக்கும் எதுவும் காயம் ஏற்படவில்லை. பெருமாள் போயர் கோபத்தில் திட்டினார்.

"மண்ணு ஒட்டச்சியைக் கல் சுமக்கச் சொன்னா இப்படித்தான்."

"கல் ஒட்டன் நீ... சரியாப் புடிக்க வேண்டியதுதானே?"

நான் கேட்டேன்... "அது என்ன... மண்ணு ஒட்டச்சி. கல்லு ஒட்டன்..?"

பெருமாள் போயர் சிரித்தார்.

"அது நான் இந்த முண்டையைக் கலியாணம் முடிச்சக் கதையச் சொன்னாத்தான் உங்களுக்கு வெவரமாப் புரியும் அப்புனு..."

அந்த வெக்கை மிகுந்த பகலில் பெருமாள் போயர் கூறக் கூறக் காட்சிகள் என் கண் முன்னால் நடப்பதுபோலவே விரிந்தன.

பரிதாபி வருஷத்தின் பஞ்ச காலம் அது. எங்கும் குடியானவர்களே கூலி வேலைக்குப் போகும் சூழ்நிலை. கிணற்றுவெட்டுக்காக அப்புச்சி சவ்வாரி வண்டியில் பெருமாள் போயரைத் தாராபுரம் கடந்து, கிழக்கே தன் சகலை ஊரான கோனேரிப்பட்டிக்குக் கூட்டிப்போனார். மச்சு வீட்டின் வெளித்திண்ணையில் உட்கார்ந்து பனை விசிறியால் விசிறிக்கொண்டிருந்த அந்த ஊர் கொத்துக்காரப் பண்ணாடி, பெருமாள் போயரைக் கண்டதும் நம்பிக்கை இல்லாமல் கேட்டார்...

"பையன் ரொம்ப எளசா இருக்கானே?"

"அப்படிச் சொல்லாதீங்க. கிணற்று வெட்டுல கில்லாடி."

"என்னமோ... உங்களை நம்பித்தான் இந்தப் பெரிய பொறுப்பைக் குடுக்கிறேன் இவனுக்கு."

உடனே கொத்துக்காரப் பண்ணாடி, பெருமாள் போயரை அரப்பு மரங்கள் சூழ்ந்த வழித்தடத்தில் ஊரின் வடக்காகக் கூட்டிப்போய் பழைமையான கிணற்றைக் காட்டினார். பெருமாள் போயர் கிணற்றை எட்டிப் பார்த்ததும் பிரமித்துப்போய்விட்டார். எழுபத்தைந்து அகலப்படிகள் கொண்ட ஆழமான சதுரக் கிணறு. பட்டுவரிக்கற்கள் அடுக்கிக் கட்டிய நாலு திசைப் பாம்பேறி.

“போயனே என்னப்பா... மலைச்சுப் போயிட்டே. இது சாதாரண சேந்து கெணறு இல்லை. அறுநூறு வருஷத்துக்கு முந்தி கிருஷ்ணதேவராயர் காலத்துல மாதவ நாயக்கர்னு ஒருத்தர்... ஊர் சனங்கள் குடிநீர் பஞ்சம் தீர்க்க வெட்டிக்கொடுத்த கெணறு. இத்தனை வருஷத்துல இந்தக் கிணத்துல தண்ணி வற்றி ஆரும் பார்த்தது இல்ல. இந்த வருஷம்தான் சுத்தமா தண்ணி வத்திப்போச்சு...”

“கல்லுளிச் சித்தன் போன வழி. காடு மேடெல்லாம் தவிடுபொடி. சாமீ... நீங்க அச்சாரத்தைப் பேசுங்க. எண்ணிக்கிட்டு பதினஞ்சே நாள்ல ஜலத்தைக் காட்டுறேன்.”

கொத்துக்காரப் பண்ணாடி சுற்றுவெளி ஊர்களில் இருந்து கல்லு ஒட்டர்களையும் மண்ணு ஒட்டர்களையும் பெருமாள் போயரின் கீழே வேலை செய்ய ஏற்பாடு செய்தார். வந்திருந்த ஆட்களைப் பார்த்துப் பெருமாள் போயர் கேட்டார்.

“என்னோடு வேட்டுக்குத் திரியைக் கொளுத்திட்டு படியில் மேலே ஏறி ஓடி வர மூணு பேரு வேணும். உங்கள்ல திறமையானவங்களா வாங்க...”

கல்லு ஒட்டர்கள் கூட்டத்தில் இருந்து இரு இளைஞர்கள் முன்னே வந்தனர்.

“இன்னொருத்தர் ஆரு..?”

“கூட்டம் அமைதி காத்தது. அப்போது மண்ணு ஒட்டர்கள் கூட்டத்தில் இருந்து பதினாறு வயதுப் பருவப் பெண் எல்லம்மா முன்னே வந்தாள். பீர்க்கம் பூவின் நிறம். கூந்தலை உச்சந்தலையில் கொண்டையிட்டு, நெகமம் சுங்கிடிச் சேலையைப் பின் கொசுவம்வைத்துக் கட்டியிருந்த பாங்கு, பெருமாள் போயரை அசத்திவிட்டது. அப்போதே கல்யாணம் செய்தால் எல்லம்மாவைத்தான் என முடிவுசெய்தார்.

கிணற்றுவெட்டு தினமும் இரண்டு அடி ஆழம் போயிற்று. வெங்கிக்கல் பாறை. வேட்டு எந்திரிப்பது கடினமாக, பெருமாள் போயர் எல்லம்மாவின் வீடு இருந்த எலுகாம்வலசுக்குப் போனார். கம்பந்தட்டு இற்று உதிரும் கூரை வீடு. எல்லம்மா, வாசல் கல் அடுப்பில் கோழிக்கறி வறுத்துக்கொண்டிருந்தாள். அவளின் அப்பக்காரன் முக்காலியில் உட்கார்ந்து சாராய பாட்டில் வைத்துக் குடித்துக்கொண்டிருந்தார். பெருமாள் போயர் தயங்கியபடிக் கேட்டார்.

“எல்லம்மாவ... நான் கலியாணம் மூச்சுக்கலாம்னு இருக்கிறேன்...”

“நீ… கல்லு ஒட்டன். நான் மண்ணு ஒட்டன். மண்ணு ஒட்டனை கல்லு ஒட்டன் மதிக்க மாட்டான். மதிக்காத கூட்டத்துக்கு நான் என் பொண்ணைக் குடுக்கச் சொல்றியா?”

பெருமாள் போயர் சமாதானப்படுத்த முயன்றார்.

எல்லம்மாவின் அப்பக்காரனுக்குப் போதையில் சட்டெனக் கோபம் ஏறியது. செருப்பைக் கழற்றி வீசினார். பின் மர உலக்கையைத் தூக்கிக்கொண்டு அடிக்க ஓடினார். எல்லம்மா எதுவும் பேசாமல் பார்த்தபடியே இருந்தாள். பெருமாள் போயர் அவமானத்துடன் திரும்பிவிட்டார். அதன் பின்னான நாட்களிலும் எல்லம்மா, பெருமாள் போயரை ஏறெடுத்தும் பார்க்கவில்லை.

அன்று பதினான்கு நாள் கிணற்றுவெட்டு முடிந்திருந்தது. ஜலம் பொத்தப்பாடில்லை. சுவரில் ஈரப்பதமோ, நவட்டையோ இல்லை. கிணற்று மேட்டில் வெட்டிய கற்கள் மட்டும் குன்றுபோல குவிந்துவிட்டன. கொத்துக்காரப் பண்ணாடி பெருமாள் போயரைத் தனியே அழைத்துப் பேசினார்.

“நாளையோட கிணத்துவெட்டை முடிச்சுக்கப்பா. இனி கூலி குடுக்க எங்ககிட்ட தவசம் கெடையாது. தண்ணி ஆகுமுங்கிற நம்பிக்கையும் இல்ல.”

அந்தி மங்கி இருள் பரவியது. கிணற்று வெட்டைக் கைவிட்டுக் கலைந்த ஆட்களைப் பெருமாள் போயர் கூப்பிட்டுப் பேசினார்.

“நாளைக்கு ஒரு நாள்தான் நமக்குக் கிணறுவெட்டு இருக்கு… தண்ணி பொக்காம கிணத்துவெட்டை முடிச்சா நம்ம ஒட்டச்சாதிக்கே கேவலம். அதனால இன்னிக்கு ராத்திரியும் நிக்காம கெணறு வெட்டுவோம்.”

ஏழாம் பிறை வெளிச்சத்தில் கிணறுவெட்டு தொடர்ந்தது. அப்போதுதான் அந்த விபரீதம் நடந்தது. எல்லம்மாவை நாகம் தீண்டிவிட்டது. கற்பாறைகளுக்கு இடையே மண்டலம் போட்டுப் படுத்திருந்த நாகத்தைக் கண்டதும் ஆட்கள் முகத்தில் அச்சம் தொற்றியது. எல்லம்மாவை மேலே தூக்கி வந்து கிணற்றுமேட்டில் கிடத்தினர். அதற்குள் விழிகள் மேலே செருகி, மயங்கிச் சரிந்திருந்தாள். எல்லம்மா பிழைக்கமாட்டாள் என்றே ஆட்கள் முடிவுசெய்துவிட்டனர். ஆனால், எல்லம்மாவின் அப்பக்காரன் மட்டும் வீம்பாகப் பேசினார்.

“நான் ஒரு சாதிக்குப் பொறந்த ஒட்டன். எங்கிட்ட இருக்கு பாம்புப் பாடம். பசங்களைப் போயி கறி வறுக்கச் சொல்லுங்க. இப்ப நான்

பாடம் போட்டத்தையும் எம் பொண்ணு எழுந்து கறி கடிப்பா...”

எல்லம்மாவின் அப்பக்காரன் சுருக்குப்பையில் இருந்து வேப்பம் பழம் போன்ற பழுப்பு நிறக் கல் ஒன்றை எடுத்தார். எல்லம்மாவின் பாம்புக் கடிவாயில் அந்தக் கல்லை வைத்தார். கட்டு எதுவும் போடாமலேயே கல் ஒட்டிக்கொண்டது. அதன் பின்பு வேர் ஒன்றை எடுத்து நீரில் நனைத்து எல்லம்மாவின் தலையில் இருந்து பாதம் வரை தேய்த்துவிட்டார். பெருமாள் போயருக்கும் இந்தப் பாடம் தெரிந்தே இருந்தது. வேப்பஞ்சாற்றில் ஊறிய சீந்தில் கொடி உருண்டையும் வேரும்தான் இது. ஆனால், எல்லம்மாவின் அப்பக்காரன் அதை ஒழுங்காகச் செய்யவில்லை. அப்போதும் போதை போட்டிருந்தார்.

நேரம் போயிற்று. எல்லம்மாவுக்கு விஷம் இறங்கவில்லை. உடம்பு சில்லிட்டுப்போனது. அதுவரை வீம்பாக ஜம்பம் பேசிக்கொண்டிருந்த எல்லம்மாவின் அப்பக்காரன் பீதியுடன் எழுந்து அழ ஆரம்பித்தார். பெருமாள் போயர் அப்பக்காரன் முன்பு போய் நின்றார்.

‘‘என்னால உங்க பொண்ணைக் காப்பாத்த முடியும்.’’

‘‘செத்துப்போனவளக் காப்பாத்துற வித்தை எந்தப் பாம்புப் பாடத்திலேயும் இல்ல.’’

‘‘காப்பாத்தினா எனக்கே கலியாணம் மூய்ச்சுக் குடுப்பீங்களா?’’

அப்போது கொத்துக்காரப் பண்ணாடி முந்திக்கொண்டு சொன்னார்...

‘‘அவன் என்ன சொல்றது... நீ மொதல்ல புள்ளையைக் காப்பாத்து. நானே முன்னால நின்னு கல்யாணத்தை மூய்ச்சுவெக்கிறேன்.’’

பெருமாள் போயர் கருட வித்தை மூலம் எல்லம்மாவைக் காப்பாற்றினார். நாகத்தை அடிக்கக் கிணற்றுக்குள் இறங்கிய ஆட்கள் கடப்பாறையால் கற்பாறையை நெம்பினர். ஜலம் ஊற்றெடுத்தது. மறுநாள் அதிகாலையில் கொத்துக்காரப் பண்ணாடி சொன்னதுபோல், பெருமாள் போயருக்கும் எல்லம்மாவுக்கும் கல்யாணத்தை நடத்திவைத்தார்.

காலத்தின் போக்கு திசை மாறிற்று. மழைவரத்து குறைந்துகொண்டே வந்தது. தோட்டங்கள் செழுமையிழந்து போயின. கிணறுகளின் பங்களிப்பை ஆழ்துளைக் கிணறுகள் ஆக்கிரமித்துக்கொண்டன. நிலத்தடி நீர்மட்டம் ஐந்நூறு அடிக்கும் கீழே போய்விட்டது.

கிணறுவெட்டும் அரிதாகிப் போனது. பெருமாள் போயரும் எல்லம்மாவும் வெள்ளாடு மேய்த்து ஜீவனம் பண்ணிவந்தனர்.

அப்புச்சிக்கும் வயோதிகம் அதிகமாகவே அவர் தோட்டம் என் வசமானது.

கார்த்திகை மாதத்தின் கடைசி வாரம். வங்கக் கடல் புயல். தோட்டத்து வீட்டு வெளிவாசல் திண்ணையில் நான் உட்கார்ந்து கனத்துப் பெய்யும் மழையையே பார்த்துக்கொண்டிருந்தேன். எங்கிருந்தோ பெருமாள் போயரும் வந்து சேர்ந்தார். அவருடன் வந்த வெள்ளாடுகள் திண்ணையோரம் ஒண்டின. அப்புச்சியுடனான நினைவுகளைப் பற்றிப் பேசிக்கொண்டிருந்த பெருமாள் போயர் திடீரெனக் கண்களை மூடி ஏதோ தீவிர யோசனையில் ஆழ்ந்தார். அடுத்த கணம் வாசலுக்கு ஓடி கிழக்கு பார்த்து அமர்ந்தார். மழையில் நனைகிற பிரக்ஞை இல்லை. முகம் கடுமையாக மாறிற்று. நாவில் மந்திரங்கள் ஒலித்தன. எனக்குப் புரிந்துபோனது. மௌனமாகப் பார்த்தபடியிருந்தேன். திடீரென எழுந்து என்னை அருகில் கூப்பிட்டார்.

''அப்புனு வண்டிய எடுங்க... எங்க ஊர் வரைக்கும் ஒரு சோலி. நேரா கள்ளந்தோட்டத்துக்காரரைப் போயி இப்ப எப்படி இருக்குறார்னு பார்த்துட்டு வாங்க.''

வாடைக் குளிர்காற்று ஈர மணத்துடன் வீசிற்று. தடம் வழி எங்கும் செந்நீர்ப் பெருக்கு. இச்சுப்பட்டியில் கள்ளந்தோட்டம் போனபோது கடவுப் படலடியி லேயே கள்ளந்தோட்டக்காரர் நின்றிருந்தார்.

“தம்பி, என்னைப் பெருமாள் போயர்கிட்டே கூட்டிட்டுப் போறீங்களா..? வரப்புல புல்லறுக்கும் போது பூச்சி தொட்டிருச்சு. மயங்கி விழுந்துட்டேன். செத்துப்போயிட்டேன்னு நெனைச்சேன். ஆனா, இப்ப எப்படியோ தெய்வாதீனமா எந்திரிச்சிட்டேன்.”

மறுநாள் நான் இந்த மர்மம் கலந்த விசித்திரத்தைப் பற்றி பெருமாள் போயரிடம் கேட்டேன்.

“கள்ளந்தோட்டத்துக்காரரைப் பாம்பு கடிச்சிருக்குனு உங்களுக்கு எப்படித் தெரியும்?”

“கருட வித்தை கத்தவனுக்குத் தானா அறிகுறி தெரியும்...”

“இந்தக் கருட வித்தையைக் கத்தவங்க இந்தப் பக்கத்துல வேற ஆராச்சும் இருக்காங்களா?”

“ஆருமே இல்ல...”

“அப்ப நான் கத்துக்கட்டுமா..?”

பெருமாள் போயர் யோசித்தார்.

“இது வெறும் வேடிக்கை காட்டுற வித்தை இல்லை. உயிரைக் காக்கிற விஷ வைத்தியம். சனங்களுக்கு ஒண்ணுன்னா நேரங்காலம் பாக்காம ஓடணும். உங்களால முடியுமா..?”

“முடியும்.”

“அப்ப வர்ற அமாவாசைக்கே கத்துக்குடுக்கறேன்.”

அன்றிரவு நான் கருட வித்தை கற்றுக் கொள்ளப்போவதை வீட்டில் எல்லோரிடமும் பெருமிதமாகச் சொன்னேன். யாரும் நல்ல பதில் சொல்லவில்லை. முதலில் அப்பாதான் எதிர்த்தார்.

“பாம்புப் பாடம் போடறவங்க குடும்பம் விருத்தியாகாதுனு சொல் வாங்க. உனக்கு எதுக்கு இந்த வேண்டாத வேலை?”

நடுநிசியின்போது கூன்போட்ட அப்புச்சி வந்து உறக்கத்தில் எழுப்பினார். நடுங்கித் தள்ளாடிக்கொண்டே பொக்கைவாயில் அறிவுரை கூறினார்...

“உன்னால இந்த வித்தையைக் காலத்துக்கும் கொண்டுசெலுத்த முடியாதுப்பா. பாம்போட வெளையாடற வெளையாட்டு வேண்டாம்பா...”

ஆனால், நான் கருட வித்தை கற்றுக் கொள்வதில் உறுதியாக இருந்தேன்.

நாகம் சீறும் ஓசை கேட்டு நான் நினைவு கலைந்தேன். எழுந்து சுற்றும் முற்றும் பார்த்தேன். என் கண்களுக்கு முன்னால் நாகம் தென்படவில்லை. கிணற்றாமைகள் மட்டும் பின்னங்கால்களை உதறி நீந்தி, கிணற்று நீரைச் சலனப்படுத்திக்கொண்டிருந்தன.

பெருமாள் போயர், சொன்ன வாக்கு தவறாதவர். எப்படியும் இங்கு வந்து எனக்குக் கருட வித்தை கற்றுக்கொடுப்பார் என்கிற நம்பிக்கை இன்னும் எனக்கு இருந்தது. அந்த நேரம் என் முன்னால் ஆளுயர நாகம் எழுந்து நின்றது. அதன் விரிந்த படம் அக்னிபோல ஒளிர்ந்தது. நான் அச்சமடைந்து படிக்கட்டுகளில் மேலேறி ஓடத் தொடங்கினேன். கிணற்று மேடு வந்து நின்று திரும்பிப் பார்த்தேன். நாகம் இப்போதும் முன்புபோலவே என் முன்னால் எழுந்து நின்று ஒளிரும் தன் படத்தை விரித்தது. இது நிஜமா... பிரமையா எனப் புரிந்துகொள்ள முடியாத குழப்பத்துடன் மறுபடியும் ஓடத் தொடங்கினேன். நாகத்தின் சீற்றம் என் செவிகளில் தொடர்ந்து ஒலித்துக்கொண்டே இருந்தது.

நான் நேராக இச்சுப்பட்டி போய்ச் சேர்ந்தேன். கீழ்வானம் சிவப்பேறியிருந்தது. என் பதற்றமும் தணியாமலே இருந்தது. நிராசை சூழும் மனத்துடன் பெருமாள் போயரைத் தேடினேன். கொட்டத்தில் வெள்ளாட்டுப் புழுக்கை அள்ளிக்கொண்டிருந்த எல்லம்மா சடைவுடன் சொன்னாள்...

"அந்த மனுஷன் இப்படித்தான்... அமாவாசை அமாவாசைக்கு தேசாந்திரம் போயிரும். எங்கீன்னு தேடறது?"

மறுதினம் கோழி கூப்பிடவே பெருமாள் போயர் வீட்டுக்குப் போனேன். பெருமாள் போயர் வீடு திரும்பவில்லை என்ற பதிலே கிடைத்தது. மூன்று தினங்கள் போயிருந்தன.

விடியக்காலையில் எல்லம்மா எங்கள் வீட்டு வாசலில் வந்து நின்று கூப்பிட்டாள்.

"அப்புனு அந்த மனுஷனை இன்னும் காணோம். கோனேரிப்பட்டி நூறு படிக் கிணத்துக்குத்தான் போயிருக்கும். ஒரு எட்டுப் போயி பாத்துட்டு வர்றீங்களா?"

"அங்க வரலையே..."

"உங்களுக்கு எப்படித் தெரியும்?"

நான் வேறு வழியில்லாமல் நடந்ததை எல்லாம் கூறினேன். உடனே எல்லம்மா பெருங்குரலெடுத்து அழ ஆரம்பித்துவிட்டாள்.

"அய்யோ... அப்புனு நாம மோசம் போயிட்டோம். இந்தக் கருட வித்தைய ஆருக்கும் கத்துக்குடுக்க மாட்டேன்னு சத்தியம் செய்து குடுத்துத்தான் அந்த மனுஷன் குருவகுலவையே வாங்கியிருக்கு... ராமக்கட்டி போட்ட ஒரு சாமியார்கிட்ட. அப்படி மீறி கத்துக்குடுத்தா உன்னோட உசிர எடுக்க நாகப்பாம்பு ரூபத்துல நான் வருவேன்னு அந்த சாமியார் சொன்னதா எங்ககிட்ட சொல்லியிருக்காரு..."

எனக்கு எல்லாம் விளங்கிவிட்டது. நானும் சித்தப்பாவும் எல்லம்மாவைக் கூட்டிக்கொண்டு காரில் கோனேரிப்பட்டி நூறு படிக் கிணறு நோக்கிப் போனோம். பெருமாள் போயரின் உடம்பு உப்பிப்போய் நீரில் மிதந்துகொண்டிருந்தது. எல்லம்மா அழாமல் வெறித்த கண்களுடன் ஆற்றாமையில் எங்களிடம் சொன்னாள்.

"கருட வித்தை எல்லாம் கத்துக்கிட்ட மனுஷன் பாழாப்போன நீச்சல் கத்துக்காமவிட்டிருச்சு. கிணறே கதி'னு கெடந்தவருக்கு கிணத்துலயா சாவு வரணும்..."

கொத்துக்காரப் பண்ணாடி ஆட்களுடன் வந்து பொருமாள் போயரின் உடம்பைத் தூக்கிப் படிக்கட்டில் கிடத்தினார். நான் மட்டும் கிட்டத்தில் போய்ப் பார்த்தேன். என் கனவில் நாகம் தீண்டிய அதே கெண்டைக்கால் சதையில் பாம்பின் பல் பதிந்த தடம் இருப்பதைக் கண்டு திடுக்கிட்டேன்!

-ஆனந்த விகடன், 23-12-2015

வனக்கரடி

வேம்பு தழைத்துப் பூவெடுத்திருந்த கார்காலக்கோடை. எங்கும் சித்திரைப் புலர்பொழுதின் குளிர்மை. ஊதியூர் மலை கிழக்கு மேற்காக நீண்டு கிடந்தது. ஈசான்ய மூலையிலிருந்த உத்தண்டவேலாயுதசுவாமி கோவிலின் செங்குத்தான கல்படிக்கட்டில் நான் மேலேறிக்கொண்டிருந்தேன். தோளில் தொங்கவிட்டிருந்த என் வேட்டைக்குழல்துப்பாக்கி முன்னே நீட்டியபடி அசைந்துகொண்டு வந்தது.

கோவில் நடையின் எதிரே மயில்வாகனத்தைத் தாண்டி நடந்தேன். பாறையிடுக்கின் இடையே ஒற்றைக்கால் மண்தடம் வனத்துக்குள் கூட்டிப் போயிற்று. இலைச்சருகுகளும் முறிந்த சிறுகுச்சிகளும் விழுந்து கிடந்த கொழிமணலில் செருப்புத் தாரைகள் எதுவும் பதியவில்லை. பெரும்பறவைகளின், சிறு வனவிலங்குகளின் கால்தடங்கள் மட்டுமே தென்பட்டன. செம்போத்துகளும் வஞ்சுளங்குருவிகளும் கூட விழித்து இயல்பு நிலைக்குத் திரும்பிக் குரலிடாத பேரமைதி வியாபித்திருந்தது.

நான் தடத்தின் இருபுறமும் கவனமாகப் பார்த்துக்கொண்டே நடந்தேன். இன்னும் தூக்கச்சடைவு என்னைவிட்டு அகலவில்லை. நேற்று நான் மாமாவின் மலையடிவாரத் தோட்டம் வந்து சேர்ந்தபோது நடுநிசியாகிவிட்டது. எனக்குக் கல்லூரியில் கோடைகால விடுமுறை விட்டதும் மும்பையிலிருந்து புறப்பட்டு கோவா,ஹம்பி,மைசூர் என இரு வாரங்கள் சுற்றி அலைந்துவிட்டுk கடைசியாக இங்கு வந்து சேர்ந்திருந்தேன்.

நான் இந்த வருடக் கோடைகால விடுமுறையை இந்த ஊதியூர் மலையில் கழிக்க இரு காரணங்கள் இருந்தன. முதலாவது அனு. மாமாவின் ஒரே பெண். லண்டனில் மனோதத்துவ உளவியல் படிக்கும் அனு இந்த வாரத்தில் இங்கு வருவதாகச் சொல்லியிருந்தாள். அவளிடம்

எப்படியாவது என் காதலை வெளிப்படுத்தியே தீருவது என்கிற திட்டம். இரண்டாவது ஒரு வனக்கரடி. கடந்த மூன்று வருடங்களாக இந்த ஊதியூர் மலையில் உலவிக்கொண்டு சுற்றுவெளி ஊர்ச்சனங்களை பயமுறுத்திக்கொண்டிருக்கும் இந்த வனக்கரடியை இதுவரை யாராலும் வேட்டையாட முடியவில்லை. இராணுவத்திலிருந்து ஓய்வு பெற்ற மாமா ஒரு கைதேர்ந்த வேட்டைக்காரார். அவராலும் கூட இன்னும் இந்த வனக்கரடியைச் சுட்டு வீழ்த்த முடியவில்லை. வனத்துறையினரும் தங்கள் முயற்சிகளைக் கைவிட்டு வெகுநாட்களாகிவிட்டது. கூண்டுகள் ஒவ்வொருநாளும் வெறுமனே கிடந்தன.

என்னுடைய திட்டத்தின்படி அனு இங்கு வருவதற்குள் நான் எப்படியாவது இந்த வனக்கரடியை வேட்டையாடிவிட வேண்டும். மாமாவின் வேட்டை சாகசத்தை விரும்பும் அனு நிச்சயம் என்னை ஏற்றுக்கொள்வாள் என்கிற நம்பிக்கை. மும்பையிலிருந்து கிளம்பும் போதே இந்தமுறை கரடிவேட்டைக்குத் தயாராகிவிட்டேன். கோவாவில் ஓர் இரவெல்லாம் தேடி புதியரக வேட்டைத்துப்பாக்கி ஒன்றை வாங்கினேன். பழையகாலத்துக் குழல் துப்பாக்கியின் சாயலில் கொஞ்சம் நீண்டு இருக்கும் இத்துப்பாக்கியால் இருநூறடி தாண்டித் தெரியும் மிருகத்தைக் கூடச் சரியாகச் சுட்டு வீழ்த்த முடியும்.

அடுத்ததாக ஹம்பி வந்து அருகே உள்ள தோரோஜி கரடிகள் சரணாலயம் சென்றேன். அது நெடிய குத்துப்பாறைகளும், இடைவிடாத புதர்க்காடுகளும் நிறைந்த முள்வனப்பகுதி. அங்கு சிறு குன்றின் மீது ஏறி நின்று கரடிகளுக்காகக் காத்திருந்தேன். அந்தி மஞ்சள் வெயில் படர நான்கு கரடிகள் சேர்ந்தே கிட்டத்தில் வந்தன. சாந்தகுணமும், மந்தமாக நடந்து செல்லும் இயல்பும் கொண்ட கரடியை உற்றுக் கவனித்தபோது என்னால் தனியொருவனாக சுட்டு வீழ்த்த முடியும் என்ற தைரியம் வந்தது. அன்றிரவு அங்கிருந்து சில மைல் தூரம் பயணித்து ஒரு குக்கிராமத்தில் வசித்து வந்த ஓய்வு பெற்ற சரணாலய த்தலைமையதிகாரி ஒருவரைச் சந்தித்தேன். தேக்கு மரங்கள் சூழ நடுவே இருந்த வீட்டில் அவர் எனக்குத் தேநீர் கொடுத்து உபசரித்துக் கரடியைப் பற்றிய நிறைய விஷயங்களைப் பகிர்ந்துகொண்டார். தனிமையில் வாழும் அவரோடு மூன்று நாட்கள் தங்கியிருந்தேன். வனமூலிகைகளின் பொரியலையும், அரைவேக்காடான கவுதாரிக் கறியையும் தின்பது மட்டும் கொஞ்சம் கடினமாக இருந்தது. அவர் புத்தக அலமாரியிலிருந்து புத்தகம் ஒன்றை எடுத்து என்னிடம் நீட்டினார். அது “ஒரு வேட்டைக்காரனின் நினைவலைகள்“.

கன்னடத்திலிருந்து ஆங்கிலத்தில் மொழிபெயர்க்கப்பட்ட புத்தகம். அவர் மேலும் சில ஆங்கிலப் புத்தகங்களை எடுத்துக் கொடுத்தார்.

'...டால்ஸ்டாய் எழுதிய கரடிவேட்டை கதையில் வரும் கரடியையும், வில்லியம் பாக்னர் எழுதிய கரடி கதையில் வரும் கரடியையும் நீ அவசியம் அறியனும்... அப்பத்தான் உனக்கு கரடிகளோட தந்திரமும் சாதுரியமும் தெரிய வரும்...".

அவரின் சிபாரிசில் மைசூர் வந்து பதினான்கு பேர் சென்ற குடகு மலையேற்றக் குழுவினருடன் சேர்ந்துகொண்டேன். செறிவு கொண்ட வனமரங்கள் சூழ்ந்த ஈரப்பாறையின்மேல் கடினப் பயணம். வனத்துக்குள் எவ்வளவு கவனமாக இருக்கவேண்டும் என்பதைக் கற்றுக்கொடுத்தனர். ஜிம் கார்பெட், கென்னத் ஆண்டர்சன் போன்றவர்களின் வேட்டை அனுபவப் புத்தகங்களையும் ஒன்றுவிடாமல் படித்தேன். வேட்டை விலங்குகள் எதிர்ப்படும்போது எப்படி எதிர்கொள்வது, எப்படிச் சுடுவது, எப்படித் தப்பிப்பது என்கிற விஷயங்கள் எனக்குப் பிடிபட்டன. நான் கரடி வேட்டைக்குத் தயாராகிவிட்டேன்.

ஊதியூர் மலை வனம் நிசப்தம் பெற்றுக் கிடந்தது. பொழுது மேலேறி மரநிழல்கள் மங்கிக்கொண்டு வந்தது. என் கண்கள் வனக்கரடியைத் தேடியபடியிருந்தன. வெயில் படியும் வெட்டவெளியான ஓரிடத்தில் கிழங்குகளும், கோரைகளும் தோண்டப்பட்டிருந்தன. விசிறிய ஈரமண்ணில் கரடியின் பாதச்சுவடுகள் சில பதிந்திருந்தன இந்தக் கரடி மிகச் சாதுரியமானதாக இருக்கக்கூடும் எனப்பட்டது. பாதச்சுவடுகள் கீழே சரிவை நோக்கிச் சென்று பாறைப் பரப்பில் போய் முடிந்தன. பாறையின்மேல் தாவித் தாவி கரடி போயிருக்க வாய்ப்பில்லை. நான் மிகுந்த எச்சரிக்கையுணர்வுடன் நாலாத்திசையிலும் தேடினேன். கரடி தட்டுப்படவில்லை. ஒருசமயம். டாலஸ்டாயின் கரடிவேட்டையில் வரும் கரடிபோலப் பின்னோக்கி நடந்து ஏமாற்றுகிறதோவெனத் தோன்றியது.

நான் அங்கிருந்து நகர்ந்தேன். வங்கநரிகள் தங்கும் குகைகளில் கரடி பதுங்கி இருக்கிறதாவெனத் தேடுதல் வேட்டை நடத்தினேன். எலும்புத் துண்டுகள் இறைந்து கிடந்தனவே தவிர கரடி தென்படவேயில்லை. எனக்குப் பசியும் தாகமும் மிகுந்தன. சூரியன் மேற்கே சரிந்துவிட்டது. அந்தியிலும் நான் ஓய்வெடுத்துக்கொள்ளவில்லை. மலையடிவார கிராமங்களில் பயணித்துச் சில முக்கியஸ்தர்களைச் சந்தித்தேன். கரடியைப் பற்றி ஆளாளுக்கு ஒருமாதிரி சொன்னார்கள்.

“இது பொட்டக் கரடிங்க... முதுகில மூனு குட்டியச் சுமந்துக்கிட்டு போனதே நாம் பாத்தேன்...”

“நீங்க ஒத்தைக் கரடின்னு நெனைச்சு மலையில சுத்தறீங்க... ஒரு பெரிய கூட்டத்தோட இருக்கறத சுள்ளி பொறுக்கப் போன பொம்பளையொருத்தி பாத்திருக்கா...”

“இந்தக் கரடி ராத்திரியில மட்டுமே நடமாடுற கரடியுங்க... பகல்ல ஆரு கண்ணுக்கும் தட்டுப்படாதுங்க...”

நான் மறுபடியும் முன்னிரவிலேயே வனத்துக்குள் போய்விட்டேன். என் மனம் முழுக்க வனக்கரடி வியாபித்திருந்தது. இன்று விடிவதற்குள் எப்படியாவது கரடியைச் சுட்டு வீழ்த்தவேண்டும் என்கிற வெறி மூண்டது. தரையிலாங்குருவிகளும், ஆள்காட்டிகளும் வீச்சு வீச்சென கத்தி இரவின் அமைதியைச் சிதைத்தன. காட்டுவராகங்களும், முள்ளம்பன்றிகளும் உறுமிப் பயமுறுத்தின. விஷப்பாம்புகளும், உடும்புகளும் ஊர்ந்தன. கரடி மட்டும் விடியும்வரை என் கண்களுக்குச் சிக்கவேயில்லை.

அடுத்த வந்த நாட்களும் இதேபோலவே கடந்தன. என்னைப் பெரும் உடல்அசதியும், மனச்சோர்வும் சூழ்ந்தன. ஆனாலும் தொடர்ந்து வனத்துக்குள் போய் விடாமுயற்சியாகக் கரடியைத் தேடுவதை மட்டும் நான் கைவிடவில்லை. கரடியும் என்னைத் திணறடித்துக் கொண்டிருந்தது. அன்று நான் சூரிய அஸ்த்தமனம் வரை வனத்துக்குள் கரடிவேட்டைக்கு அலைந்துவிட்டு மாமாவின் தோட்டம் வந்தபோது அனு வந்து சேர்ந்திருந்தாள். அதே பதின் பருவத்தில் பார்த்த அழகு. கன்னக்குழி. பிடரி தாண்டி அசையும் நெடுங்கூந்தல். ஐரோப்பிய கலாச்சாரம் பாதித்த மாற்றம் எதுவும் அவளிடம் தெரியவில்லை. வெளிநாடு போய் வந்த அலட்டலில்லை.

இருள் பரவியதும் நான் வேட்டைக்குழல் துப்பாக்கியைத் தோளில் மாட்டிக்கொண்டு வனத்துக்குக் கிளம்பினேன். இன்று கரடியைச் சுட்டு வீழ்த்தி அனுவின் காலடியில் கொண்டுவந்து போடுவேன் என்கிற வைராக்கியம் மனசெங்கும். வீட்டு வெளித்திண்ணையில் அமர்ந்து தோட்டத்து வேலைக்காரன் திம்மனோடு பேசிக்கொண்டிருந்த அனு என்னிடம் கேட்டாள்.

“... மகி... நீ இன்னும் இந்தக் கரடியை சுடமுடியுமுன்னு நம்பறே... ?”

“நிச்சயமாக...”

அனு சப்தமாகச் சிரித்தாள். திம்மனும் சிரித்தான். எனக்குக் கோபம் வந்தது

"இந்தக் கரடி உயிர் வாழற கடைசி ராத்திரி இதுவாகத்தான் இருக்கும்..."

நான் வாசற்படி இறங்கி நடந்தேன்.

"மகி... உன்னால ஒருபோதும் இந்தக் கரடிய சுட முடியாது... எவ்வளவு முயற்சி செய்தாலும் பார்க்கக் கூட முடியாது..."

"இது பெரிய வேட்டைக்காரர்ன்னு பேரெடுத்திருக்கிற உங்க அப்பாவுக்கு வேண்ணா பொருந்தும். எனக்கு அல்ல... நான் வெற்றியோட திரும்பறேன்..."

அனு மேற்கொண்டு பேசவில்லை. நான் இருள் படிந்த பாதையில் நடந்து வனத்தை அடைந்தேன். முயல்களும் எறும்புத்தின்னிகளும் எதிர்ப்பட்டு ஓடி மறைந்தன. இந்த இரவிலும் கரடியைத் தேடிய என் எல்லா முயற்சிகளும் விரயமாயின. பின்னிரவு அனாதரவாகக் கடந்தது. இரவில் இதுவரை நான் போகாத இடமான சிறுசிறு முள்மரங்கள் மண்டிய மலையின் உச்சிப்பகுதிக்கு நகர்ந்திருந்தேன். கரடி இங்குதான் ஒளிந்திருக்கக் கூடும் என்கிற திடமான நம்பிக்கை துப்பாக்கியைச் சுடும் நிலையில் வைத்துக்கொண்டேன். முட்கிளைகளை ஒதுக்கி ஒதுக்கி குத்துப்பாறைகளில் தொடர்ந்து மேலேறிக்கொண்டிருந்தேன்.

அப்போது ஒளிரும் இரு கண்கள் என்னை நோக்கி வந்தன. ஒருகணம் உள்ளுக்குள் அச்சம் படர்ந்தாலும் அதே சமயம் கரடி மாட்டிக்கொண்டது என்கிற சந்தோஷமும் ஏற்பட்டது. இரு கண்களும் ஓரித்தில் அப்படியே நிலைகுத்தி நின்றன. அதற்கப்பால் ஜோடி ஜோடிக் கண்களாக நான்கைந்து தென்படத் துவங்கின. சட்டென என் உற்சாகம் எல்லாம் வடிந்து போய்விட்டது. ஊர்க்காரர் சொன்னதுபோல் இது தனிக்கரடி இல்லை என்று தெரிந்துவிட்டது. கூட்டக் கரடியை எப்படிச் சமாளிப்பது என்று யோசித்தேன். உயரமான சிவலிங்கம்போல் வடிவம் கொண்ட ஒரு பெரிய குத்துப்பாறையின் மேலேறி உட்கார்ந்துகொண்டேன்.

அதற்குள் எல்லா ஜோடிக் கண்களும் என்னை நோக்கி வரத் தொடங்கின. ஆறு தோட்டாக்கள் கொண்ட என் வேட்டைக்குழல் துப்பாக்கியினால் ஒரே நேரத்தில் எல்லாக் கரடிகளையும் சுட்டு வீழ்த்துவது சாத்தியமில்லை. இருந்தபோதிலும் நான் சுடும் மனநிலைக்கு வந்துவிட்டேன். எல்லா ஜோடிக் கண்களும் நான்

அமர்ந்திருக்கும் குத்துப்பாறையின் நேர் கீழே வந்து நின்று மேலே அண்ணாந்தன. மங்கிய இருளில் உற்றுப் பார்த்தபோது அவைகள் அனைத்தும் செந்நாய்கள். மனித வாசனையை மோப்பம் பிடித்துக்கொண்டு என்னைத் தேடி வந்திருந்தன. அதே இடத்தில் குத்த வைத்து அமர்ந்தன. கண்கள் என்னைப் பார்ப்பதை மட்டும் விலக்கவில்லை. செந்நாய்கள் பொல்லாதவை. சமயோசிதமாக ஒன்று சேர்ந்து வேட்டையாடக் கூடியவை. நான் யோசித்தபடி என்ன செய்வது எனத் தெரியாமல் காத்திருந்தேன். செந்நாய்கள் ஏனோ குத்துப்பாறை மீது ஏறி வந்து தாக்கவில்லை என்பது மட்டும் எனக்கு ஒரே ஆறுதலாக இருந்தது.

நான் பொறுமையாக செந்நாய்களையே கவனித்தபடி இருந்தேன். இருள் அடர்ந்த வனத்தில் சுடரும் விண்மீன்கள் மட்டுமே துணை. நேரம் விடியற்காலையை நோக்கி நகர்ந்துகொண்டிருந்தது.

மேலும் இரு ஜோடிக் கண்கள் என்னை நோக்கி வந்தன. கண்களும் வித்தியாசமாக இருந்தன. மனித நடைபோல ஆடி ஆடி நெருங்கியது. நான் இதுவரை தேடிக்கொண்டிருந்த வணக்கரடியேதான். செந்நாய்கள் ஆக்ரோஷமாகக் குரைத்தன. கரடி பெருங்குரலில் உறுமிற்று. நான் கரடியைச் சுடுவதற்கு ஆயத்தமானேன். எனக்குப் பயம் எழுந்தது. விரல்கள் நடுங்கின. தடுமாற்றம் குறைந்து குறி சரியானதும் சுட்டேன். கரடி வீறிட்டு உறுமியபடி சுருண்டு விழுந்தது. செந்நாய்கள் மிரண்டு ஓடி மறைந்தன. துப்பாக்கி வெடிச்சப்தத்தை மலை இன்னும் எதிரொலித்துக்கொண்டிருந்தது. அடிவார ஊர்சனங்கள் கண்டுகொண்டனர். வெளிச்சப் புள்ளிகள் மலையடிவாரத்தை நோக்கி வர ஆரம்பித்தன. மகிழ்ச்சி நிறைந்த தருணம்.

நான் திடுக்கிட்டுக் கண்விழித்தேன். கிழக்கே செவ்வண்ணம் பரவியிருந்தது. வனத்தின் வடக்குப் பள்ளத்திலிருந்து செந்நாய்கள் ஊளையிட்டன. துப்பாக்கி நழுவி தரையில் விழுந்து கிடந்தது. என்னையறியாமல் நான் உறங்கிப்போயிருப்பதைக் கண்டு வருந்தினேன். மரணம் தழுவும் சந்தர்ப்பத்தை நானே வலிய வழங்கி யிருக்கிறேன் எனத் தோன்றியது. குத்துப்பாறையிலிருந்து கீழே குதித்து இறங்கினேன். குனிந்து துப்பாக்கியை எடுத்துக்கொண்டு சுற்றும் முற்றும் நோட்டம்விட்டேன். செந்நாய்களின் பாதச்சுவடுகளோடு கரடியின் பாதச்சுவடுகளும் பதிந்திருந்தன. பின்தொடர்ந்தேன். முட்புதரின் உள்ளே கரடியின் மூத்திர துர்நாற்றம் வீசியது. கரடி என்னைக் கிட்டத்தில் வரவழைக்கச் செய்யும் சமிக்ஞையாக இருக்கும்

என உணர்ந்தேன். மேற்கொண்டு பின்தொடராமல் வனத்திலிருந்து வெளியேறினேன். ஏறு வெயில் பரவிவிட்டது. நான் மாமாவின் தோட்டம் வந்து சேர்ந்தபோது வாசலில் நின்று ஈரக்கூந்தலை உலர்த்திக்கொண்டிருந்த அனு என்னை ஏளனமாகப் பார்த்தபடிக் கேட்டாள்.

“கரடியை வேட்டையாடி என் காலடியில் இழுத்து வந்து போட்டு காதலைச் சொல்லும் இளவரசனே... எங்கே கரடி... ?”

என்னுடைய திட்டம் அனுவுக்கு எப்படித் தெரிந்தது என திகைத்தேன். நான் பதில் பேசாமல் வீட்டின் உள்ளறையை நோக்கி நடந்தேன்.

“யாருக்கும் சிக்காத இந்த வனக்கரடியை நான் உனக்குக் காட்டு கிறேன்... ஆனா நீ சுடக்கூடாது...”

நான் திரும்பி வாசலுக்கு வந்து அனுவிடம் கேட்டேன்.

“ஏன் சுடக்கூடாது... ?”

“ஏன்னா... இந்தத் தந்திரக்காரக் கரடியை இந்த வனத்தில் கொண்டுவந்து விட்டதே... . நான்தான்...”

நான் மேலும் திகைத்தேன். அன்று பின்மதியம். உள்ளறையில் உறங்கிக்கொண்டிருந்த என்னை அனு எழுப்பி வெளியே கூட்டி வந்தாள். வாசலில் திம்மன் கோணிப்பையைச் சுமந்துகொண்டு நின்றிருந்தான்.

“வாங்க அப்புனு... கரடிகிட்ட போகலாம்...”

கரடியிடமிருந்து தற்பாதுகாத்துக் கொள்ள ஏதாவது ஆயுதத்தை கோனிப்பையில் வைத்திருப்பான் என நினைத்துக் கொண்டேன். நான் வேட்டைக்குழல் துப்பாக்கியை எடுத்துக்கொள்ளாமலேயே திம்மனைப் பின்தொடர்ந்து சென்றேன்.

திம்மன் மலையின் தென்புறத்துக்கு கூட்டிப் போனான். நவகன்னி மார்கள் சன்னதியிலிருந்து கொங்கணச்சித்தர் குகைக்கு மேலேறும் பாறைப்படிக்கட்டில் ஏறினான். இருமருங்கிலும் பாலைச்சீவந்தி மரங்களும் கருநொச்சிப் புதர்களும் அடர்ந்து கிடந்தன. தவிட்டுக் குருவிகளின் கூட்டு ஓசை. நான் திம்மனைக் கேட்டேன்.

“உன்னால எப்படி கரடியை வரவழைக்க முடியும்... ?”

திம்மன் தன் காரை படிந்த முன்பற்கள் தெரியச் சிரித்தான்.

‘கரடியே என்னோடதுதானே...”

நான் அதிர்வுற்று புரியாமல் திம்மனை நோக்கினேன்.

“நான் ஒரு கரடி வித்தைக்காரன்... கண்ணபுரம் மாட்டுத் தாவணியில கரடியை வைத்து வித்தை காட்டிக்கிட்டு இருந்தேன்... அப்பத்தான் நம்ம அனும்மா அங்கே காளைகளைப் போட்டோ எடுக்க வந்தாங்க... என்னையும் கரடியையும் பார்த்துட்டு... சமாதானப்படுத்தி இங்கே கூட்டி வந்தாங்க... மூக்கணாங்கயித்தை உறுவி கரடியை மலையில விட்டுட்டோம்... அப்புறம் நான் தோட்டத்துல வேலைக்கு சேர்ந்திட்டேன்...”

“இப்பவும் நீ கூப்பிட்டா கரடி வருமா...?”

திம்மன் மறுபடியும் சிரித்தான். இருவரும் கொங்கணச்சித்தர் குகை தாண்டி மேலேறி வனத்தை அடைந்திருந்தோம். ஈட்டிமர உச்சியிலிருந்து பச்சைக்குக்குறுவான்கள் குரலிட்டன. திம்மன் கோணிப்பையில் கையை நுழைத்து பூவன்வாழைப்பழச்சீப்புகளையும், வெல்லக்கட்டிகளையும் ஆங்காங்கே பாறை மீது வைத்துக்கொண்டே வந்தான்.

“இதுக ரெண்டுமேலயும் கரடிக்கு ரொம்ப இஷ்டம்...”

ஆனால், கரடி வரவில்லை. நாங்கள் வனத்தின் வடக்குப் பள்ளத்துக்கு வந்து சேர்ந்தோம். திம்மன் மண்புற்றுகளைக் கவனமாகப் பார்த்துக்கொண்டே வந்தான். வேங்கை மரத்தைச் சுற்றி எழும்பியிருந்த பெரிய கறையான் புற்று உடைந்திருந்தது. அருகே ஈர மண்கட்டிகள் சிதறிக் கிடந்தன. திம்மன் அந்தக் கரையான் புற்றைப் பார்த்தபடியே நின்றான். அப்போது திடீரென விநோதமான சப்தம் நூறடித் தூரத்துக்குள் கேட்டது.

“கரடி... முன்னங்கால் நகத்தால இப்படி புத்தைப் பிராண்டி. உடைச்சு... நுனிவாயைப் புத்து ஓட்டையிலவுட்டு உறிஞ்சும்... அந்தச் சத்தம்தான் இது...”

திம்மன் சப்தம் வரத் துவங்கிய திசையைக் குறிவைத்து மரங் களிடையே புகுந்து ஓடினான். நானும் பின்னே ஓடினேன். அங்கு நான்கைந்து மண்புற்றுகள் உடைந்து சிதறிக் கிடந்தன. கரடியைக் காணவில்லை. இலைதழைகளிடையே ஒரு சிறு சலசலப்பு கூடத் தென்படவில்லை. அதற்குள் கரடி மாயமானது புதிராகவே இருந்தது.

திம்மன் கோணிப்பையிலிருந்து மேளம் ஒன்றை எடுத்துk கழுத்தில் மாட்டி அடித்தான். மேள ஓசை பாறைகளில் மோதி எதிரொலித்தது.

எனக்குத் திம்மனின் இந்தச் செயலும் விநோதமாகவே இருந்தது.

"இந்த மேளச்சத்தத்தைக் கேட்டா. எங்கரடி ஆட ஓடி வரும்..."

திம்மன் சோர்வின்றி மேளத்தை அடித்துக்கொண்டே இருந்தான். வெயில் தாழ்ந்து மர நிழல் அடர்வு கொண்டது. சற்று நேரம் கடந்தபின் மந்திகள் உயரமரக்கிளைகளில் தாவித் தாவிக் கூக்குரலிட்டன. தட்டாரக்குருவிகள் இடைவிடாது கூவின. கரடியின் கனத்த உறுமல் எழுந்தது. குத்துப்பாறை ஒன்றின் மீது ஏறி நின்று எங்களையே பார்த்தது.

திம்மன் விசையாக மேளத்தை அடித்தான். கரடி பாறையிலிருந்து குதித்து படுவேகமாக எங்களை நோக்கி ஓடி வந்தது. நான் திம்மனுக்குப் பின்னால் நகர்ந்து பாதுகாப்பாக நின்று கொண்டேன். கரடி நெருங்க நெருங்க திம்மன் மேளம் அடிப்பதை நிறுத்தினான். எதிரே வந்து நின்ற கரடி சட்டென அதன் பின்னங்காலிரண்டையும் நிலத்தில் ஊன்றி நிமிர்ந்து நின்றது. அதன் முன்னங்காலிரண்டையும் ஒன்று சேர்த்து திம்மனுக்கு வணக்கம் வைத்தது.

திம்மன் கரடியின் முகத்தை வாஞ்ஞையாகத் தடவிக்கொடுத்தான். பூவன்வாழைப்பழச்சீப்புகளையும், வெல்லக்கட்டிகளையும் தின்னக் கொடுத்தான். அன்பு மிகுதியால் கரடி மெதுவாக உறுமியது. ஆனாலும் கரடி தன் கடைக்கண்ணால் என்னை உற்றுப் பார்த்துக்கொண்டே இருந்தது. எனக்கு அச்சம் தொற்றியது. நான் மேலும் நகர்ந்து திம்மனை விட்டு சில அடி தூரம் பின்னால் போய் நின்றேன்.

"கரடி உங்களை ஒன்னும் செய்யாது... தைரியமா நில்லுங்கப்புனு..."

"அதோட பார்வையே சரியில்ல... என்னையே அடிச்சுக் கொல்ற மாதிரி பார்க்குது..."

"நீங்க இந்த வனத்துக்குள்ள வந்த முதல் நாள்லருந்து இன்னிக்கி வரைக்கும் நீங்க வேணா கரடியப் பார்க்காம இருந்திருக்கலாம். ஆனா அது எல்லா நாளும் உங்களப் பார்த்துகிட்டுதான் இருந்திருக்கு..."

நான் புரியாமல் கரடியையும் திம்மனையும் மாறி மாறிப் பார்த்தேன்.

"அது நினைச்சிருந்தா முத நாளே உங்களை அடிச்சிக் கொன்னிருக்கும்... எங்கரடி அப்படி செய்யற கரடியில்ல."

அந்தச் சமயத்தில் வனத்தின் கிழக்கு மூலையிலிருந்து செந்நாய்கள் ஊளையிட்டபடி எங்களை நோக்கிப் பாய்ந்து வந்தன. எங்களைச் சுற்றிச் சுற்றிச் வந்து குரைத்தன. நான் பயந்து போனேன். கரடி

சலனமில்லாமல் வெல்லத்தைக் கடித்துத் தின்றுகொண்டிருந்தது. திம்மன் பயப்பட்டதுபோல் தெரியவில்லை. செந்நாய்கள் முன்னங்கால் மண் பறிக்க எங்களைக் கடித்துக்குதறுவது போலப் பாய்ச்சல் காட்டின. அப்போது திடீரெனக் கரடி தின்றுகொண்டிருந்த வெல்லத்தைத் தூர வீசிப் போட்டது. தொண்டை வலியெடுக்க உறுமிற்று. செந்நாய்களிடையே பாய்ந்து சண்டையிட்டது. செந்நாய்கள் கூட்டம் பயந்து பின்வாங்கின. திம்மன் என்னைப் போய்விடும்படி ஜாடை காட்டினான். நான் வனத்திலிருந்து கீழிறங்கி மாமாவின் தோட்டம் வந்தேன். இருள் கவிந்துவிட்டது. தொழுவத்தில் பசுமாட்டுக்கன்றுகளோடு நின்றிருந்த அனு சொன்னாள்.

"இப்ப இந்தக் கரடிதான்... இந்த வனத்தைக் காப்பாத்திட்டு இருக்கு..."

எனக்கும் புரிந்துவிட்டது. நான் உள்ளறைக்குச் சென்று என் வேட்டைக்குழல் துப்பாக்கியிலிருந்த தோட்டாக்களை வெளியே எடுத்து சன்னலுக்கு அப்பால் வீசி எறிந்தேன்.

-உயிர்மை, மே 2017

பிடார வடிவம்

"பாம்பு ஆயிரம்
பனை ஆயிரம்
புளியன் ஆயிரம்
புங்கன் ஆயிரம்..."

பிடாரன் பெருங்குரலெடுத்துப் பாடிக்கொண்டே இருந்தார். சோளக்காட்டுக் கோமாளி சட்டை கிழிந்து, வைக்கோல் பிதுங்கி வரப்போரமாகs சாய்ந்து கிடந்தது. தாமோதர மாமா புடைதள்ளிய சோளத்தட்டுகளை ஒதுக்கி ஒதுக்கி முன்னே போய்க்கொண்டிருந்தார். இவள் வலது கையில் பிடித்திருந்த மஞ்சள் நீரால் நனைத்திருந்த வெள்ளைத் துணியிலிருந்து இன்னும் நீர் சொட்டிட்டுக்கொண்டே இருந்தது. நடக்க நடக்க காலிடையே பாவாடை தடுக்கியபடியும் வந்தது. இவள் மனசெங்கும் ஒருவித இனம்புரியாத அச்சம் பீடித்திருந்தது. உச்சியில் ஏறும் பொழுதை ஒருமுறை அண்ணாந்து பார்த்துவிட்டுக் கேட்டாள்.

" ஏம் மாமா... இந்நேரத்துல பிணையல் பாம்பு ஆடுமா... ?"

தாமோதர மாமா திரும்பி முறைத்துப் பார்த்துவிட்டு நடையில் மேலும் வேகத்தைக் கூட்டினார். இவள் மேற்கொண்டு பேசாமல் பின்னே நடந்தாள். சோளப்பூட்டைகளைக் கொத்த வந்த நாகணவாய் குருவிகள் திடுக்கிட்டு கலைந்து பறந்தன. மறுபடியும் இவள் கேட்டாள்.

'ஏம்மாமா... இந்த மஞ்சத் துணிய நான் பிணையல் பாம்புமேல வீசும்போது பாம்புக கொத்தாதா... ?'

தாமோதர மாமா பதில் சொல்லாமல் தழிஞ்சிப் புதர் மண்டிய கிணற்று மேடேறினார். தொலைவாரிக் குழியில் கீழே இறங்கினார். மின்சாரம் வருவதற்கு முன்பு ஆதியில் அப்புச்சிமார்கள் இரட்டைக் கபிலை ஒட்டிய தொலைவாரி, நான்கு எருதுகள் முன்னும் பின்னும்

போய்வந்த குளம்படித் தடம் ஆகியன தற்போது இலைச் சருகுகளால் மூடிக் கிடந்தன. தொலைவாரிக்கு அப்பால் கிணற்றுவெட்டுக் கற்கள் குவிக்கப்பட்டிருந்த பள்ளம். அந்தப் பள்ளத்துக் கற்குவியலுக்கு மத்தியில் இருநூறு வருடங்கள் பழமையான புளியமரம். நெடுதுயர்ந்து நின்று நிழல் பரப்பி இருந்தது.

தாமோதர மாமா கற்குவியலையே பார்த்தபடி இருந்தார். காற்றடங்கி புளியங்கிளைகளும் அசைவின்றிக் கிடந்த அலாதியான நடுப்பகல் நிசப்தம். பிணையல் பாம்புகள் இருப்பதற்கான சுவடே இல்லை. நேரம் கடந்தது. மஞ்சள் துணியின் ஈரம் கூட காய்ந்துவிட்டது. இவள் மூச்சைக்கூட மெதுவாக விட்டாள்.

அந்தச் சமயத்தில் புளியமரத்தடியோரம் கிடந்த சருகுகளுக்குள் சரசரப்பு ஒலி கேட்டது. இவள்தான் முதலில் பார்த்தாள். கற்குவியல் படுகிடைக்கல் ஒன்றின் மீது ஏறி பிணையல் பாம்புகள் பிணையலிட்டு ஆடின. ஒன்று சாரை. மற்றொன்று நாகன். இரண்டும் ஆளுயர நீளம். கெண்டைக்கால் தடிமன்.

பிணையல் பாம்பிரண்டும் வால் நுனியைத் தரையில் ஊன்றி பிணையலை விலக்காமல் எழுந்து நாகசிற்பத்தின் தோரணையில் நின்றன. திடீரென நாகன் படம் விரித்துச் சீறியது. செல்லக் கோபமாக சாரையைக் கொத்துவதுபோல பாவனை செய்தது. உடனே சாரை பற்றுக்கொடிபோல நாகனைச் சுற்றி மேலும் இறுக்கியது. நாகன் படத்தை சுருக்கி சாரையிடமிருந்து வெளிவந்தது. பின் சாரையைச் சுற்றி வளையமிட்டது.

மஞ்சள் பூசிய வெள்ளைத் துணியைப் பிணையல் பாம்புகளின் மேல் வீசும்படி தாமோதர மாமா ஜாடை காட்டினார். இவள் அச்சத்தில் உறைந்து போய் அப்படியே நின்றுகொண்டிருந்தாள். மாமாவுக்கு ஆத்திரம் அதிகமாயிற்று. உதட்டைக் கடித்து ஆள்காட்டி விரலை நீட்டி மிரட்டினார். இவளுக்குக் கைகள் நடுங்கின. ஓர் அடி கூட பிணையல் பாம்புகளை நோக்கி நகர முடியவில்லை. நேரம் செல்ல செல்ல அழுகை முட்டி கண்ணீர் சுரந்தது.

தாமோதர மாமாவுக்குப் பொறுமை போயிற்று. இவளிடமிருந்த மஞ்சள் பூசிய வெள்ளைத் துணியை வெடுக்கெனப் பிடுங்கினார். இவளுக்கு மேலும் பயமும் நடுக்கமும் எடுத்தன. தாமோதர மாமா மஞ்சள் துணியை நீட்டியபடி சருகின் மேல் மெதுவாக எட்டு வைத்து முன்னேறினார். கால் புதைந்து சருகுகள் நெரியும் மென்னோசை கேட்டது. பிணையல் பாம்புகள் கவனிக்கவில்லை. பிணையலாடுவதி

லேயே லயித்திருந்தன. தாமோதர மாமாவுக்கும் பிணையல் பாம்புகளுக்குமான இடைவெளி குறைந்து வந்தது. இவளுக்குப் பிணையலாட்டத்தை ரசிக்கும் மனநிலை போய்விட்டது. கிலி பரவி மூச்சு மூட்டியது.

தொடர்ந்து பிணையல் பாம்புகள் சூழலை மறந்து ஆடின. சீறித் தாவினால் கொத்திவிடும் சந்தர்ப்பம். தாமோதர மாமா மஞ்சள் துணியை வீசி பாம்புகளின் மீது எறிந்தார். பாம்புகள் திகைத்து துணுக்குற்றன. பின் கண்ணிமைக்கும் கணத்தில் பிணையலைப் பிரித்து கலைந்தன. சாரை தலையைத் தூக்கி நாலாதிக்கிலும் பார்த்தது. நாகன் சட்டென தாமோதர மாமாவை நோக்கிச் சீறிப் பாய்ந்தது. படுகிடைக்கல்லின் மீதிருந்து தொலைவாரிச் சருகுகள் மேல் விழும் தொப்பென்ற ஓசை. தாமோதர மாமா சப்தமிட்டபடிச் சருகுகளை மிதித்து மேலேறி ஓடி வந்தார்.

'பிணையல் பாம்புக்கு கோபம் அதிகம். துரத்தினா கொத்தாம வுடாது... சீக்கிரம் ஓடீரு புள்ள...'

இவள் தொலைவாரியில் மேல்நோக்கி ஓட ஆரம்பித்தாள். கிணற்று மேடேறி தழிஞ்சிப் புதர் வழியே கீழே இறங்கி சோளக்காட்டைக் குறிவைத்து ஓடியபடியே திரும்பிப் பார்த்தாள். தாமோதர மாமா கிணற்று மேட்டில் தொலைகாலைப் பிடித்துக் கிணற்றுக்குள் குதிப்பது தெரிந்தது. கிணற்றுப் புறாக்கள் சிறகடித்தபடி வெளியேறின.

❖❖❖

எங்கிருந்தோ ஓடி வந்த செம்மிநாய் வாலை ஆட்டியபடி இவள் மேலே தாவியது. தாழ்வாரத் திண்ணைத் தூணில் சாய்ந்து உட்கார்ந்திருந்த இவள் தாமோதர மாமாவைப் பற்றிய நினைவுகளைக் கலைத்து சுயத்துக்கு மீண்டாள். தாமோதர மாமா கட்டிலில் அமர்ந்தபடியே ஊன்று தடியால் நாயை பொய்க்கோபத்துடன் விரட்டினார். மாமாவுக்குக் கைகள் நடுங்கின. சுருக்கிட்ட முகத்தில் கண்கள் உள் ஒடுங்கிப்போய் இருந்தன. சதையெல்லாம் வடிந்து எலும்புக் கூடுபோல இருந்தார்.

இவள் அமைதியாக எதுவும் பேசாமலே உட்கார்ந்து இருந்தாள். திண்ணை எங்கும் ஆங்காங்கே தோக்குருவிப் புழுக்கைகள் விழுந்து சிதறிக் கிடந்தன. திடீரெனக் கட்டிலருகிலிருந்து அசூசையான நாற்றம் வீசியது. மாமா நடுங்கும் விரலிடையே சுருட்டைப் பற்ற வைத்துப் புகைத்தார். இருமல் எடுத்துத் தொண்டையைச் செருமினார். மார்ச்சளி

முற்றிய கோழையைக் காறி வாசலில் துப்பினார். ஏதோ பேச முயன்று முயன்று தோற்றார். அப்போது கட்டுத்தரைப் பக்கமிருந்து கோழிகளும் சேவல்களும் குமுக்காக வந்து மாமாவின் கட்டிலில் ஏறின. மாமா சுருட்டை வீசிவிட்டு சேவல் ஒன்றைப் பிடித்து மடியில் கிடத்தி வாஞ்சையாகத் தடவிக்கொடுத்துக் கொண்டே பேசினார்.

‘இப்ப எனக்கு இந்த நாயும் கோழிகளும்தான் துணை... நாய்க்குக் கூட நான் சோறு போடறதில்லை... எங்கயோ போய் தின்னுட்டு வந்து எனக்கு விசுவாசமா காவலிருக்கு... இந்தக் கோழிகளும் இப்படித்தான்... என் சுருட்டுக்குக் காசாகிக்கிட்டு இருக்கு...’

மாமா இருமலோடு விரக்தியாகச் சிரித்தார். பின் தலையணைக்குள் கையை விட்டுக் காகிதப் பொட்டலத்தை எடுத்துப் பிரித்தார். இலைத் துகளை நடுங்கும் உள்ளங்கையில் கொட்டித் தேய்த்து சுருட்டில் நிரப்பினார். பற்ற வைத்து புகைவிடுவதில் ஆழ்ந்தார். இவள் மாமாவையே பார்த்தபடி கேட்டாள்.

“கௌம்புங்க... ஹாஸ்பிடல் போகலாம்... ’’

“வேண்டாம் புள்ள... இனி நான் அதிகநாள் தாங்கமாட்டேன்... நீ இருந்து நல்லடக்கம் பண்ணிபோடு... ’’

மாமா கையெடுத்துக் கும்பிட்டார். கண்களில் நீர் வடிந்தது.

❖❖❖

தாழ்வாரத்துக் கூரை மீது கொண்டலாத்திகள் நடந்தபடி குரலிட்டன. இவள் திண்ணைப் பாயில் உட்கார்ந்து எட்டாம் வகுப்பு அறிவியல் புத்தகத்தை விரித்தாள். கட்டுத்தரைப் பக்கமிருந்து அம்மத்தா சப்தமிட்டு இவளைக் கூப்பிட்டுக்கொண்டே இருந்தாள். இவள் சடைவுடன் எழுந்து போனாள். பசுமாடுகளுக்கு ஊறத்தாழியில் தவிடு கலக்கிக் கொண்டிருந்த அம்மத்தா நிமிராமலேயே இவளிடம் பேசினாள். ‘மாந்தோப்புக்குள மேயற மாடுக இன்னும் கட்டுத்தரைக்கு வரல... சாயங்காலத்துல இருந்தே கண்ணுலேயும் தட்டுப்படலே... கண்ணுக்குட்டிக வேற கத்துது... பால் கறக்கற நேரமாச்சு... உம் மாமாக்காரனையும் வேற காணல... மொட்டர பைக்க எடுத்துக்கிட்டு எங்கோ தொலைஞ்சுட்டான்... நீ ஒரு எட்டு போய் என்னன்னு பாத்துட்டு வாம்மின...”

இவள் கவைக்குச்சியை எடுத்துக்கொண்டு புறப்பட்டாள். மாந்தோப்பு எங்கும் அந்திப் பொழுதின் மஞ்சள் வெயில். மார்கழியின் துவக்கம். மாமொக்குகள் பூவாய் விரியும் தருணம்.

மலைத்தேனீக்களின் ரீங்கரிப்பு. முழங்கால் உயரம் வளர்ந்திருந்த மத்தங்காப் புற்களை மிதித்தபடியே நடந்து மாடுகளைத் தேடினாள். மாடுகள் தென்படவேயில்லை. வெகுநேரத்துக்குப் பின்பு ஈசானிய மூலையோரம் கிணற்று மேட்டுப் புளியமரத்தையே வெறித்தபடி ஆறு மாடுகளும் நிற்பதை இவள் கண்டாள். மாடுகளின் கண்களில் மிரட்சி. இவள் கிட்டத்தில் போனாள். கற்குவியல் மீது பிணையல் பாம்புகள் நர்த்தனம் புரிந்துகொண்டிருந்தன. இவளுக்கு முதன்முறையாக பாம்புகள் பிணையலாடுவதைக் காணும் வாய்ப்பு. ஒருவித பிரமிப்பு.

வெளிச்சம் மங்கியும் பாம்புகள் பிணையலைப் பிரிக்கவில்லை. மாடுகளும் நகர மறுத்துவிட்டன. இவள் திரும்பி வீட்டுக்கு ஓடி வந்தாள்.

வாசலில் மாமாவின் புல்லட் நின்றிருந்தது. கட்டுத்தரைக் கல்கட்டு மதிலில் சாய்ந்து நின்று சுருட்டு புகைத்துக்கொண்டிருந்த மாமா கேட்டார்.

'மாடுக எங்க புள்ள..?'

இவள் பெருமூச்சு வாங்க நடந்ததைச் சொன்னாள். மாமா வேட்டியை மடித்துக் கட்டியபடி இவள் கூட கிளம்பினார்.

மாடுகள் இன்னும் புளியமரத்தடியையே வெறித்தபடி இருந்தன. படுகிடைக்கல் ஒன்றின் மீது பிணையல் பாம்புகளின் களிநடனம். பாம்புகள் தொய்வடையவேயில்லை. மாமா சிறிது நேரம் பிணையல் ஆட்டத்தை அமைதியாகப் பார்த்துக் கொண்டிருந்தார். பின் இருந்திருந்தாற்போல் கீழே குனிந்து கல்லை எடுத்து பாம்புகளைக் குறி பார்த்து வீசினார். கல் பாம்புகளின் அருகாமையில் விழுந்து தெறித்தது. பாம்புகள் திடுக்கிட்டு பிணையலை விலக்கின. சருகுக்குள் தாவி கல்லிடுக்குக்குள் மறைந்து போயின. மாடுகளை ஓட்டிக் கொண்டு கட்டுத்தரை திரும்பும்போது மாமா சொன்னார்.

'பொணையல் பாம்புகளுக்கு ரோசம் அதிகமுன்னு சொல்லுவாங்க... தொந்தரவு செஞ்சவங்கள பழி வாங்காம வுடாதா... நாம இனி இந்தப்பக்கம் வரும்போது ஜாக்கிரதையா இருக்கணும்...'

மூன்று தினங்கள் போயிருந்தன. அன்று பொழுது இறங்கும் நேரம். மாந்தோப்புக்குள் மேய்ந்த மாடுகள் கட்டுத்தரை திரும்பிக் கொண்டிருந்தன. இவளும் அம்மத்தாவும் ஒவ்வொரு மாடாகப் பிடித்து முளைக்குச்சியில் கட்டிக்கொண்டிருந்தனர். கறவை மாட்டை மட்டும் காணவில்லை. அதன் இளங்கன்று கத்த துவங்கிவிட்டது. அம்மத்தா பதற்றமானாள்.

'பட்டியால நேரந்தான்... இந்த வெளங்காத நாயி... தொண்டு சுத்த போயிருவான்... வா சாமி. . நாம போயி பாத்துட்டு வருவோம்... '

மாந்தோப்புக்குள் நாலாதிக்கிலும் இருவர் கண்களும் துழாவின. கறவை மாடு இருப்பதற்கான எவ்வித அடையாளமுமே இல்லை. கொஞ்ச நேரத்துக்குப் பின் சோர்வுடன் நின்றிருந்த அம்மத்தா மாந்தோப்பின் வடகிழக்கு ஈசானிய மூலைக்கு நேர் மேலே ஆகாயத்தில் முயலடி சிறகசைத்தபடி ஒரே இடத்தில் நகராமல் நின்று கீழே குறி பார்த்துக்கொண்டிருப்பதைக் கண்டாள். உடனே அம்மத்தா புற்களை விலக்கி ஓடினாள். இவளும் பின்னே ஓடினாள். புற்களுக்கிடையே கறவை மாடு ஒருபக்கமாகச் சரிந்து படுத்துக் கிடந்தது. நெடுமூச்சு வாங்கிற்று. வாயில் நுரை ஒழுகியிருந்தது. உரோமங்கள் சிட்டெடுத்திருந்தன. அம்மத்தா மாட்டின் நெற்றியைத் தொட்டுப் பார்த்தாள்.

'விறுவிறுன்னு கெடக்கு... பாம்பு கடிச்சிருச்சுன்னு நெனைக் கிறேன்... விஷம் ஏறி வயிறு உப்பிக்கிட்டு இருக்கு...'

'அப்ப பிணையல் பாம்புதான் கடிச்சிருக்கும் அம்மத்தா... '

'இருக்கும்... அதுகளுக்கு இதுக தொந்தரவா பட்டிருக்கும்...'

அம்மத்தா விரைவாகப் பனைச்சாலடிக்குப் போய் காய்ந்த பனங் கருக்கை எடுத்துக்கொண்டு வந்தாள். மாட்டின் விறைத்து நின்ற காதுகளை அறுக்க முயன்றாள். ஆனால் ஆழமாக அறுக்க முடியவில்லை.

'காதுல இருந்து ரத்தம் சொட்டுச்சுன்னா.... வெசம் எறங்கி... மாடு பொழைச்சுக்கும்... '

வெளிச்சம் மங்கி இருள் சூழ்ந்தது. ரத்தம் வடியவில்லை. மாடு அசைவின்றியே கிடந்தது. அம்மத்தா இவளைக் கூட்டிக்கொண்டு கட்டுத்தரைக்கே வந்தாள். மாமா வரும்வரை வேறு யோசனை யின்றிக் கட்டுத்தரையிலேயே நின்றாள். மாமாவிடம் கறவை மாட்டின் நிலையைச் சொல்லும்போது அம்மத்தாவுக்குக் கண்களில் நீர் சுரந்துவிட்டது.

மாமா ஊருக்குள் போய் மாட்டு வைத்தியரைக் கூட்டி வந்தார். அம்மத்தா லாந்தரைப் பற்றவைத்து எடுத்துக் கொண்டாள். நால்வரும் புற்களிடையே கால்களைப் பார்த்து பார்த்து வைத்து நடந்தனர். மாமா பிணையல் பாம்புகளைப் பற்றிப் பேசியபடியே வந்தார். மாட்டின்

சுவாசம் தாழ்ந்திருந்தது. மாட்டு வைத்தியர் மாட்டின் இரு மூக்கிலும் ஏதோ பச்சிலையைப் பிழிந்து விட்டார்.

'நாக பூச்சி வெசம்... தலைக்கு ஏறியிருச்சு... பலமா கடிச்சிருக்கு... இது பொணையல் பாம்போட வேலதான்... மாடு கொம்புல குத்தி பொணையலைக் கலைச்சிருக்கும்... இல்லீனா இப்படிக் கடிக்காது... '

அம்மத்தா கேட்டாள்.

'மாடு பொழச்சுக்குமா அப்புனு... ?'

'மாட்டுக்கு வயிறு உப்புசம் தணியனும்... சாணி போட்டு நீர் வார்த்துச்சுன்னா... சட்டுனு எந்திருச்சுரும்... அதுவரைக்கும் சொல்ல முடியாது...'

மாட்டு வைத்தியர் புற்கள் மேல் சம்மணமிட்டு உட்கார்ந்தார். மாமா சுருட்டு இலையைற் பிரித்து துகளை மாற்றிப் பற்ற வைத்தார். கண்கள் சொருக புகையை உள்ளே இழுத்து வெளியே விட்டார். லாந்தர் கண்ணாடியில் சிறு இரவுப்பூச்சிகள் வந்து மோதின. மாடு கொழகொழவென சாணி போட்டது. வாயைப் பிளந்து மேய்ந்த புற்களைக் கதக்கியது. பின்னங்காலை உதறி எழ முயன்றது. மாட்டு வைத்தியர் எழுந்தார்.

'எந்த சாமி புண்ணியமோ... மாடு பொழச்சுக்குச்சு... நீ உடனே ஒன்னு செய்யி தாமோதரா... சிறுவாணி பக்கத்துல கூத்தாடி மலையடிவாரத்துல எனக்கு தெரிஞ்ச பிடாரன் ஒருத்தன் இருக்கான்... அவனப் போய் கூட்டிக்கிட்டு வந்தீனா... சித்த நேரத்துல பொணையல் பாம்புகளைப் புடுச்சு கொண்டு போயிருவான்... இன்னிக்கு மாட்டக் கடிச்சது நாளைக்கு மனுசன கடிக்காதுன்னு என்ன நிச்சயம்... ?'

மறுதினம் பின்மதியத்தில் மாமா பிடாரனை அழைத்துக்கொண்டு தோட்டம் வந்து சேர்ந்தார். புல்லட்டிலிருந்து இறங்கியதும் பிடாரன் கிணற்று மேட்டுக்கு வழிகேட்டு நடந்தார். துண்டால் தலையைச் சுற்றி முண்டாசு கட்டியிருந்தார். தோளில் அழுக்கான தோல்பை தொங்கவிட்டிருந்தார். பாதி நரைத்த கனமீசை. கடைவாயில் புகையிலை அதக்கல்.

இவளும் மாமாவும் தொலைவாரியிலேயே நின்றுகொண்டனர். பிடாரன் எவ்வித அச்சமுமின்றிப் புளியமரத்துக் கற்குவியலுக்கிடையே சென்றார். ஒவ்வொரு கல்லிடைச் சந்துகளையும் குனிந்து பார்த்தார். பாம்புகள் பிணையலாடிய படுகிடைக்கல் மீது ஏறி உட்கார்ந்து தோல்பையிலிருந்து மகுடியை எடுத்து ஊதினார். பிற்பகலின் மித

வெய்யில். எங்கும் பெருநிசப்தம். தனித்த மகுடி ஓசை. பிணையல் பாம்புகள் வெளிவரவில்லை. பிடாரன் மகுடி ஊதி ஊதிk களைத்துப் போனார். மகுடியைத் தோல்பையில் வைத்துக் கொண்டு எழுந்து தொலைவாரிக்கு வந்தார்.

‘கள்ளங் கண்டிருச்சு... கொஞ்சம் பொறுத்துதான் புடிக்கணும்... சின்னவரே... ’

மாமா பதில் பேசவில்லை. சோளக்காடு வந்ததும் பிடாரனை கூட்டிக்கொண்டு உள்ளே போனார். இவள் திரும்பி மறுபடியும் கிணற்று மேடு போனாள். அதே படுகிடைக்கல் மீது பிணையல் பாம்புகள் தன்னிலை மறந்து பிணையல் ஆடிக் கொண்டிருந்தன.

இவள் ஓசையின்றி திரும்பி சோளக்காட்டு வரப்பு வந்தாள். மாமாவையும் பிடாரனையும் சப்தமிட்டுக் கூப்பிட்டாள். இருவரும் சோளத்தட்டுகளை ஒதுக்கிக்கொண்டு வரப்புக்கு வந்தனர். மூவரும் கிணற்று மேடு போனபோது படுகிடைக்கல் வெறிச்சிட்டுக் கிடந்தது. பிடாரன் மாமாவிடம் சொன்னார்.

‘இப்ப தெரிஞ்சுக்கிட்டீங்களா சின்னவரே... இந்தப் பாம்புக எப்படிப் பட்டதுன்னு... இனி நான் என்னோட வேலயக் காட்டுறேன்...’’

அன்றிரவு தாழ்வாரத்துத் திண்ணையில் பிடாரனுக்கு வாழையிலையில் சாதம் பறிமாறியபடி அம்மத்தா பேசினாள்.

“பாம்பாட்டியாரே... உங்களப் பார்த்தா ரொம்ப நல்லவரா தெரியுது... இவந்தான் கஞ்சாப் போதையிலே புரியாம பாம்பப் புடிக்கறேன்னு திரியரான்னா... நீங்க புத்திமதி சொல்லவேண்டாமா... அப்புறம் பாம்புக ஒரே எடத்துல வசிக்கிற ஜீவனுமில்ல... கொஞ்ச நாள் போனா அதுக வேற எடம் பாத்துப் போயிரும்... ஆனா நாம அப்படியில்லையே... இங்கதானே இருந்தாகனும்... வெடியாலே நான் உங்க வழிச்செலவுக்குப் பணம் தாறேன்... இவங்கோட சேராம உங்க ஊரப் பாத்துப் போயிருங்க... ’’

“ஆத்தா... உங்களுக்கு பாம்பாட்டியின்னா ஏதோ எளக்காரமா தெரியுது... நாங்க அந்த ஈசுவரனோட வடிவம்... ஒரு காலத்துல ஒரு ராசாவக் கொல்லரதுக்கு அவனோட விரோதியான சிற்றரசன் குடத்துல கொடிய விசப்பாம்ப வெச்சு அனுப்புச்சுட்டானாம்... நாடாளூற நல்ல ராசா சாகப்போறத அந்த ஈசுவரனே பொறுக்க முடியாம என்னை மாதிரி பிடாரனா வடிவம் எடுத்து அங்க போயி... அந்தப் குடத்துப் பாம்ப புடிச்சுக்கிட்டு. அந்த ராசாவக் காப்பாத்தினாராம்... அப்புறம் அந்தப்

பாம்பப் புடிச்சு ஆட்டிக்கிட்டே அந்த சிற்றரசன் கிட்டே போனாராம்... கெடுதல் செஞ்ச அந்த சிற்றரசனை அந்த பாம்ப வெச்சே கடிக்கவுட்டுக் கொன்னாராம்... நாங்க அந்த ஈசுவரனப் போல எப்பவும் நல்லது செய்யத்தான் வருவோம்...”

“இந்தக் கதையெல்லாம் இங்க வேண்டாம்... நீங்க போயிருங்க...”

“பாம்புகள புடிக்காம நான் எங்க ஊருக்குப் போனா... அது எங்க வம்சத்துக்குகே அவமானம்... நாளைக்கு பாருங்க... இந்தப் பாம்புகள எப்படி புடிக்கறேன்னு...”

விடிந்ததும் பிடாரன் மாமாவைக் கூட்டிக் கொண்டு புல்லட்டில் கிளம்பிப்போனார். இளமதியம் வாக்கில் தோட்டத்துக்குத் திரும்பி வந்தார். பிடாரன் கையில் ஒரு சிறிய கத்தக்கொடி கூடை. கிணற்று மேடு போய் கற்குவியலிடையே நின்று கத்தக்கொடிக் கூடையைத் திறந்தார். பெரிய நாகம் மண்டலம் பிரித்து வெளிப்பட்டது.

“சின்னவரே... இந்த நாகன வெச்சே பிணையல் பாம்புகளைப் புடிக்கப் போறேன்... நீங்க ரெண்டு பேரும் தூரப் போயிருங்க...”

கிணற்று மேடு வந்து நின்று கொண்ட இவளுக்கும் மாமாவுக்கும் இன்று எப்படியாவது பிடாரன் பிணையல் பாம்புகளை பிடித்து விடுவார் என்றே தோன்றியது. பிடாரன் மகுடியை எடுத்து ஊதினார். நாகம் படம் விரித்து ஆடியது. மகுடியை ஊதினாலும் பிடாரனின் கண்கள் பிணையல் பாம்புகளையே எதிர்பார்த்துத் தேடின. வெகுநேரமாகியும் பிணையல் பாம்புகள் வெளிவரவே இல்லை. பிடாரன் ஏமாற்றத்துடன் மகுடி ஊதுவதை நிறுத்தினார். நாகத்தைப் பிடித்து கத்தக்கொடிக் கூடையில் போட்டு முடினார்.

“பாம்போட வாசனைக்குப் பாம்பு வரும்... இதுக பெரிய எத்தனா இருக்கு... இனி உசிரோட புடிக்கப் போறதில்ல... அடிச்சுக் கொல்லப்போறேன்... பாவ புண்ணியம் பாத்தா ஆகாது... அதுக்கு முன்னால ஒரு காரியஞ் செய்யறேன்...”

பிடாரன் நேராகத் தாழ்வாரத் திண்ணைக்கு வந்தார். அம்மத்தாவிடம் ஒரு வெள்ளைத் துணியை வங்கி மஞ்சள் நீரால் நனைத்தார். பின் இவளிடம் கொடுத்தார். மாமா புரியாமல் பார்த்தார்.

“சின்னவரே இந்த மஞ்சத் துணிய பிணையலாடுற பாம்புக மேல வீசிப்போடனும்... உங்க அதிஷ்டமிருந்தா பிணையல் பாம்புக கோபம் தீர இந்த மஞ்சத் துணியக் கொத்தும்... அப்புறம் பிணையல் பாம்புக போன பின்னால அந்த மஞ்சத் துணிய எடுத்துக்கிட்டு வந்து

அலமாரியில வெச்சு ஆருக்கும் தெரியாம இரகசியமா பூச பண்ணிட்டு வரணும்… எண்ணிக்கிட்டு ஆறே மாசம் நீங்க கோடீஸ்வரந்தான்…”

அம்மத்தா கேட்டாள்.

“அப்ப துணிய அந்த உருப்படாத நாயிகிட்ட குடுங்… . வலுசப் புள்ளகிட்ட எதுக்கு குடுத்திருக்கீங்க…”

“ஆத்தா அம்மினி மொக ராசிக்குதான் பிணையல் பாம்புக தரிசனம் கெடைக்குது… அதுதான் அம்மினியக் கூட்டிட்டு போகச் சொல்லியிருக்கேன்…”

❖❖❖

தாமோதர மாமா கட்டிலில் இருந்து தடுமாறியபடி எழுந்தார். ஊன்றுகோலின் உதவியுடன் நடந்து தாழ்வாரத் திண்ணை கடந்து ஆசாரத்து அலமாரிக் கதவைத் திறந்தார். மஞ்சளில் நனைத்த வெள்ளைத் துணியை எடுத்து இவளிடம் நீட்டினார். இவள் வாங்கிக் கொண்டாள். பன்னிரெண்டு வருசங்கழித்தும் அந்தத் துணி அப்படியே இருந்தது. மாமா திரும்பவும் கட்டிலில் வந்து உட்கார்ந்து சுருட்டின் துகளை மாற்றியபடியே பேசினார்.

“அன்னிக்கு மட்டும் அந்தப் பிணையல் பாம்புக இந்தத் துணியக் கொத்தீருந்துச்சினா… என்னோட நெலமை இப்படி இருந்திருக் காதுல்ல…”

இவள் பதில் ஏதும் கூறாமல் தோட்டத்துக்குள் சென்றாள். சோளக் காடு இருந்த இடம் இப்போது தரிசாகக் கிடந்தது. அன்று போலவே மஞ்சளில் நனைத்த வெள்ளைத் துணியை வலது கையில் பிடித்துக் கொண்டு கிணற்று மேட்டை நோக்கி நடந்தாள். திடீரென காற்றுக்குச் சோளத் தோகைகள் உராயும் ஓசை. கிணற்று மேட்டிலிருந்து பிணையல் பாம்புகள் துரத்தி வருவது போலவே பிரமை.

❖❖❖

சோளக்காடு எங்கும் பால்பூட்டையின் வாசனை. இவள் வரப்புக் கோமாளி நின்ற இடத்தில் அப்படியே உட்கார்ந்தாள். சோளத் தட்டுகளின் அசைவொலி கூட பாம்பென பயமுறுத்தியது. கிணற்றில் குதித்த மாமாவை இன்னும் காணவில்லை. அப்போது சோளக்காட்டுக்குள்ளிருந்து பிடாரனின் பாடல் கேட்டது.

“பாம்பு ஆயிரம்…
பனை ஆயிரம்…”

இவள் பிடாரனின் பாடல் கேட்கும் திசையை நோக்கிச் சோளத் தட்டுகளுக்குள் புகுந்து நடந்தாள். பிடாரன் உட்கார்ந்து பாடிக் கொண்டிருந்த இடத்தில் சோளத்தட்டுகளே இல்லை. துளிர்க்கும் மல்லிச் செடிபோல ஒரு செடி பயிரிடப்பட்டிருந்தது. இவளைக் கண்டதும் பிடாரன் பாடுவதை நிறுத்திவிட்டுச் சொன்னார்.

"இது காட்டுப் புளிச்சக் கீரை கண்ணு... துவையலுக்காக உங்க மாமா வெள்ளாம பண்ணியிருக்கறாரு..."

இவள் எதுவும் பேசாமல் வீட்டுக்கு வந்துவிட்டாள். சாயங்காலத்தில் மாமாவும் பிடாரனும் புல்லட்டில் வெளியே கிளம்பிப் போனபின்னால் இவள் அம்மத்தாவைக் கூட்டிக்கொண்டுபோய்க் காண்பித்தாள். அம்மத்தா அந்தச் செடியின் இலைகளை கிள்ளி கசக்கி முகர்ந்து பார்த்தாள்.

அன்றிரவு நடுச்சாமத்தில் இவளுக்குத் தூக்கம் கலைந்தபோது அம்மத்தா தாழ்வாரத் திண்ணையில் உட்கார்ந்து மாமாவிடம் சொல்லிக் கொண்டிருந்ததைக் கேட்டாள்.

"அடேய்... புண்ணியமாப் போவுட்டு... இந்தக் கஞ்சா செடிகளை அழிச்சுப்போடு. போலீசு கீது வந்துச்சுன்னா... நம்ம மானம் மருகாதி எல்லாம் போயிரும்..."

மறுநாள் மதியத்தில் பிடாரன் நான்கைந்து போலீசுக்காரர்களைத் தோட்டத்துக்குக் கூட்டி வந்தார். சோளக்காட்டுக்குள் போய் கஞ்சா செடிகளை பார்வையிட்ட போலீசுக்காரர்கள் மாமாவை விலங்கிட்டு இழுத்துப் போனார்கள். அன்று அகாலத்தில் பிடாரன் வாசலில் வந்து நின்று கூப்பிட்டார். அம்மத்தா பணத்தை எடுத்துக்கொண்டுபோய் பிடாரனுக்குக் கொடுத்தாள். பிடாரன் எதுவும் பேசாமல் இருளில் இறங்கி மறைந்து போனார். மாமா சிறையிலிருந்து விடுதலையாவதற்கு முன்பே அம்மத்தா இவளை அழைத்துப்போய் சாமியார் மடத்தில் சேர்த்துவிட்டாள். அங்கு நீல அங்கியணிந்த கன்னியாஸ்திரி இவளுக்குத் தெரசா எனப் பெயரை மாற்றினாள். இவளால் அங்கு இருக்கவே முடியவில்லை. ஒருமுறை பார்க்க வந்த அம்மத்தாவிடம் அழுதாள்.

"அடியேய்... இப்ப நீ சின்னப்பொண்ணு கெடையாது... உம்மாமன் கஞ்சா போதையில ஒருநேரமாதிரி ஒருநேரம் இருக்கமாட்டான்..."

அந்த வருஷம் முழுப்பரிட்சை விடுமுறையில் இவள் ஊருக்கு வந்தபோதுதான் மாமாவும் சிறையிலிருந்து விடுதலையாகி வந்தார்.

அன்று அந்தி ஒளி மங்கிய நேரம். மாமா மடக்குs சூரியை புல்லட்டின் பெட்டியில் வைத்துக்கொண்டு புறப்பட்டார். அம்மத்தா வழிமறித்து நின்று சப்தமிட்டாள்.

“அடேய். அந்தப் பிடாரன போய் எதாச்சும் செஞ்சுறாதே... நீ திருந்தணும்கறதுக்காக சாமியே பிடாரன் வடிவத்தில வந்திருக்குதுன்னு நெனைச்சு... பொழைக்கிற வழியப் பாரு...”

“அவனொரு துரோகி... அவன சும்மாவுடரதுக்கு நானென்ன கேனப்பயல்ன்னு... நெனைச்சியா...”

“சிறைக் கெரகம் புடிச்சு திரியற நாயி... குத்தறதுன்னா என்னக் குத்து... நாந்தான்டா உன்னப் போலீசுல புடிச்சுக் குடுக்கச் சொன்னேன்...”

மாமா புல்லட்டிலிருந்து இறங்கி வந்து அம்மத்தாவைக் காலால் எட்டி உதைத்தார். அம்மத்தா நிலைகுலைந்து வாசலில் விழுந்து உருண்டாள். பின்னந்தலையிலிருந்து ரத்தம் கசிந்தது. ஆசாரத்து நிலைப்படியில் நின்றுகொண்டிருந்த இவள் ஓடிப்போய் அம்மத்தாவைத் தூக்கினாள். தலை தொங்கிப் போனது. சுவாசம் இல்லை. மாமா அருகில் வந்து சொன்னார்.

“என்னடி பாக்கறே... போயி கேசு குடுக்கிறதுன்னா குடு... எனக்கு ஜெயில் ஒண்ணும் புதுசில்ல...”

மாமா அவசரமாக நீர்குடத்தைத் தூக்கி வந்து அம்மத்தா அருகில் வைத்தார். பாதி நீர் சிந்தியதுபோலக் கவிழ்த்துவிட்டார். குடத்தின் அடிப்பகுதியை கல்லால் குத்தி ஒடுக்கு ஏற்படுத்தினார். பின் ஊருக்குள் போய் பங்காளிகளைக் கூட்டி வந்தார். மாமா துண்டை வாயில் பொத்திக்கொண்டு கண்கலங்கியபடி சொல்லிக்கொண்டிருந்தார்.

“தண்ணிக் கொடத்த தூக்கிட்டு வரும்போது... கெழவிக்கு எப்படியோ கால் எடறிருச்சு... உழுந்ததுதான் தெரியும்... பொசுக்குன்னு போயிருச்சு...”

இவளால் மனசுக்குள் பெருகிய ஆத்திரத்தைக் கட்டுப்படுத்த முடியவில்லை. காவல் நிலையத்துக்குத் தகவல் கொடுத்தாள். மறுபடியும் போலீசு வந்து மாமாவை விலங்கிட்டு அழைத்துப் போனது. இவள் பன்னிரெண்டாம் வகுப்புவரை சாமியார் மடத்தின் ஆதரவிலேயே படித்துக்கொண்டாள். கல்லூரியில் சேரப் பணமில்லை. எங்காவது வேலைக்கு போகலாம் என முடிவு செய்தாள். அந்தச் சமயத்தில் விடுதி காவலாளி வந்து இவளை நுழைவாயிலுக்குக் கூட்டிப் போனார். அங்கு

பிடாரன் நின்றிருந்தார்.

“அம்மிணி... உங்க அம்மத்தா சாகறதுக்கு முன்னால எங்கிட்ட நகையும் பணமும் குடுத்து... உனக்குப் பெரிய படிப்பு முடியறவரைக்கும் பீஸ் கட்டிருன்னு சொல்லியிருக்கு... அதுதான் வந்தேன்...”

இவளுக்கு அம்மத்தாவை நினைத்துக் கண்கலங்கியது. மேலும் பல ஆண்டுகள் கழிந்தன. தற்போது பெங்களூரில் வேலை. தனிமையான வாழ்க்கை. ஒருநாள் பிடாரன் பேசினார்.

“நானொரு சீக்காளியாகிவிட்டேன் அம்மிணி. . ஒரே ஒருமுறை என்னை பாக்க வரமுடியுமா... ?”

❖❖❖

இவள் கோவைக்கு மேற்கே கூத்தாடி மலையடிவாரம் போன போது வீட்டுவாசலில் பிடாரன் கட்டுச்சேவல்களுக்குத் தீனி வைத்துக் கொண்டிருந்தார்.

“உங்க மாமா இப்ப ரொம்ப முடியாம கெடக்கறாரு அம்மினி... எங்க நீ மாமான்னு சொன்னா வரமாட்டேன்னு...”

பிடாரன் பேச்சை முடிக்கும்முன் இவள் திரும்பி நடந்தாள்.

“இப்ப உங்க மாமாவுக்கு உன்னவிட்டா ஆருமில்ல...”

“அன்னிக்கு காலேஜ் பீஸ் கட்டமுடியாம கெடந்தபோது... அவரவிட்டா எனக்கும் யாருமில்ல...”

பிடாரன் சப்தமாகச் சிரித்தார். இவள் திரும்பிப் பார்த்தாள்.

“உனக்கு பீஸ் கட்டினதே உங்க மாமாதான்... எங்க அவரு பணமுன்னு தெரிஞ்சா நீ வேண்டாமுன்னு சொல்லிருவீன்னு அவர்தான் அம்மத்தா பணமுன்னு பொய் சொல்லச் சொன்னாரு...”

❖❖❖

திடீரென சருகுகளுக்குள்ளிருந்து பிணையல் பாம்புகள் ஊர்ந்து வந்து படுகிடைக்கல் மீதேறி ஆடின. கிணற்றுமேட்டில் உட்கார்ந்து கொண்டிருந்த இவள் திகைத்துப் போனாள். இத்தனை வருஷங்களுக்கு பின்னாலும் இந்தப் பாம்புகள் அப்படியே இருந்தன. இப்போது இவளுக்குப் பயமில்லை. மஞ்சள் துணியை எடுத்துக்கொண்டு பிணையலாடும் பாம்புகளை நெருங்கினாள். பாம்புகளும் இவளைப் பொருட்படுத்தவில்லை. மஞ்சள் துணியைப் பாம்புகள் மீது வீசிப் போட்டாள். இரு பாம்புகளும் பிணையலைப் பிரித்து மஞ்சள்

துணியை மூர்க்கமாகக் கொத்தின. பின் அமைதியாகச் சருகுகளுக்குள் புகுந்து மறைந்து போயின. இவளுக்கு ஆச்சரியம் நீங்கவில்லை. மஞ்சள் துணியை எடுத்துக்கொண்டு வீடு வந்தாள். முதலில் மாமாவால் நம்பமுடியவில்லை. பின் மஞ்சள் துணியை நடுங்கும் கைகளால் வாங்கி வெகுநேரம் பார்த்தபடியே இருந்தார். கண்கள் பிரகாசமடைந்தன. சட்டென எழுந்தார்.

"ஆசுப்பத்திரி கூட்டிட்டு போ புள்ள…"

அந்தநேரம் அருகாமையில் பிடாரனின் பாடல் ஒலிப்பதை இவள் கேட்டாள்.

"பாம்பு ஆயிரம்
பனை ஆயிரம்
புளியன் ஆயிரம்
புங்கன் ஆயிரம்…,"

இந்து தமிழ் திசை / பொங்கல் மலர் 2019

வடுகநாதம்

இருள் படர்ந்த பனி இரவு. நடுச்சாம வேளை. தோட்டத்து வீட்டின் உள் அறையில் படுத்திருந்த நான் ஏதோ சத்தம் கேட்டு, கண் விழித்தேன். நாய்கள் குரைப்பதும், ஆட்கள் விசில் அடிப்பதும் மாறி மாறிக் கேட்கத் தொடங்கின.

கிழக்குப்புறத்தில் இருந்துதான் சத்தம்.

நான் அவசரமாக எழுந்து ஆசாரத்துக் கயிற்றுக்கட்டிலில் அசந்து தூங்கிக் கொண்டிருந்த அப்பாவை எழுப்பினேன். அப்பா எழுந்ததும் ஏதோ ஆபத்து என உணர்ந்துக் கொண்டார். வெளித் திண்ணை விட்டத்தில் செருகியிருந்த குத்தீட்டியை உருவி எடுத்துக் கொண்டு விசில் சத்தம் கேட்கும் கிழப்புறத்துத் தோட்டத்தை நோக்கி ஓடினார்.

அதற்குள் வடக்கே செங்காட்டூரில் இருந்து ஆட்கள் பதில் விசில் கொடுத்துக் கொண்டு ஓடிவருவதை, பேட்டரி லைட் வெளிச்சப் புள்ளிகளை வைத்து கண்டுணர முடிந்தது. நாலா திக்குகளிலும் செம்மறியாட்டுப் பட்டிகளில் கட்டியிருந்த நாய்களும் விழித்துக் கொண்டன. குரைப்பு ஒலி பலமானது மாட்டுக் கொட்டகையில் உறங்கிக் கொண்டிருந்த மாதேவப்பாவும் எழுந்து வந்தார். நானும் கவைக்குச்சியைத் தூக்குக் கொண்டு ஓடினேன்.

எங்கும் கடும் இருள். கார்த்திகைக் குளிர், பனி இறங்கியிருந்தது. பாதை மண்ணைத் தோண்டி உட்கார்ந்திருந்த காட்டுப் பக்கிகள் விருட்டெனப் பறந்து போயின. வழியின் இருபுறங்களிலும் மானாவாரி நிலங்களில் சடைமஞ்சிய சோளப் பயிர்கள் புடை தள்ளியிருந்தன. நாங்கள் கிழப் புறத்துத் தோட்டம் போன போது பட்டிக்கிடையில் ஆட்கள் சூழ்ந்து நின்று சத்தமாகப் பேசிக் கொண்டிருந்தனர். ஒவ்வொர் ஆளின் கையிலும் குத்தீட்டி, வல்லயம், அரிவாள், கட்டுத்தடின கனமான ஆயுதங்கள்.

அப்பா என்னிடம் சொன்னார்... "ஆட்டுத் திருடந்தான். மூணு செம்புலிப் பிரவையைப் புடிச்சுக்கிட்டுப் போயிட்டான். நல்ல வேளையா நாய் குலைக்கங்காட்டி தூக்கம் தெளிஞ்சு கத்தியிருக்காங்க. இல்லீனா, மொத்தப் பட்டியாட்டையும் புடுச்சுக்கிட்டுப் போயிருப்பானுக"

ஆட்கள் கலைந்து செல்லாமல், ஆட்டுத் திருடனை எப்படிப் பிடிப்பது எனக் கலந்து ஆலோசித்துக் கொண்டிருந்தனர். அப்பா எங்களைக் கூட்டிக் கொண்டு நேராக எங்கள் தோட்டத்துப் பட்டியக் கிடைக்கு வந்தார். செம்மறியாடுகள் மிரண்டு எழுந்தன. குட்டிகள் தாய்மடிக் காம்பைப் பற்ற, அவை பாலூட்டின. மாதேவப்பா ஆடுகள் சரியாக இருக்கின்றனவா என எண்ண ஆரம்பித்தார். அப்பா, தொடுவான விளிம்பில் ஒளிர்ந்த விண்மீனைப் பார்த்தபடி இயலாமையோடு என்னிடம் பேசினார்.

"நமக்குத்தாண்டா பட்டி நாயே வாய்க்க மாட்டேங்குது. பத்து வருஷமா நானும் ஒரு நல்ல நாய் வளர்க்கப் படாதபாடு படுறேன் யார் விட்ட சாபமோ தெரியலை"

சமீபத்தில்தான் பட்டியில் கட்டியிருந்த கருநாய், சோறு குடிக்காமலேயே கிடந்து செத்துப் போனது. அப்பா, சந்தையில் இருந்து நெத்திலிக் கருவாடு எல்லாம்கூட வாங்கி வந்து போட்டுப் பார்த்தார். அது செருமிக்கொண்டே இருந்ததே தவிர, தேறிவரவில்லை. அதற்கு முன்பிருந்தே செவலை நாய் வாகனத்தைத் துரத்தும் பழக்கத்தைக் கொண்டிருந்ததால், லாரியில் அடிப்பட்டுச் செத்துப் போனது. அப்பா வருஷத்துக்கு இரண்டு நாய்களாவது வளர்த்துப் பார்த்தார். நாய்கள் தங்கவில்லை.

ஒருமுறை அப்பா ஆதங்கதோடு என்னிடம் சொன்னார். "ஒரு குடியானவனுக்கு ஆடு... மாடு விருத்தி மட்டும் இல்லடா நாய் விருத்தியும் இருக்கணும். எனக்கு ஏனோ, அந்த கொடுப்பினை இல்ல இந்த ஜென்மத்துல..."

மறுநாள் விடிந்ததும், அப்பா கயிற்றுக் கட்டிலைத் தூக்கிக் கொண்டு பட்டியக் கிடைக்குப் போனார். மாதேப்பாவோடு சேர்ந்து 'வண்டிக்குடிசு' தயார் செய்தார். ராத்திரியில் அந்த வண்டிக் குடிசுக்குள் படுத்துக் கொண்டு பட்டிக்கு காவல் இருக்க மாதேப்பாவை நியமித்தார். மாதேவப்பாவும் கொஞ்சம் வெளிச்சம் இருக்கும் போதே இரவு உணவை முடித்துக் கொண்டு, பட்டியக் கிடைக்குப் போய்விடுவதை

வழக்கமாக வைத்திருந்தார். மழை கொட்டும் நாளிலும் மாதேவப்பா இந்த நியமத்தை மீறவில்லை. பட்டியாடுகளுக்கு மாதேவப்பா காவல் இருக்கும் தெம்பில் அப்பாவும் நிம்மதியாகவே படுத்து உறங்கினார்.

நாட்கள் கடந்தன. எங்கள் பகுதியில் ஆடுகள் திருட்டுப் போவது மட்டும் நிற்கவே இல்லை. ஒவ்வொரு விடிகாலையிலும் யார் திருட்டு நடந்தது எனத் தகவல் வந்த வண்ணமே இருந்தது. அன்று முன்ஜாமத்தில் வந்து அப்பா என்னை எழுப்பினார். அப்பாவுக்கு உடம்பெங்கும் வியர்த்துக் கிடந்தது. பதற்றமாக இருந்தார்.

“கனவு கண்டேண்டா... நம்ம பட்டியாட்டை எல்லாம் யாரோ திருடிட்டுப் போற மாதிரி, ஒடனே பொறப்படு. ஒரு எட்டு போயி பட்டியக்கிடையப் பாத்துட்டு வந்துடலாம்.”

தென்னந்தோகைகளின் அசைவும் நின்றிருந்த நிசப்தம். நான் அப்பாவோடு நத்தம் பூசணிக்காட்டு வரப்பில் இறங்கி நடந்தேன். முகில்களுக்கு இடையே மறைந்திருந்த வளர்பிறை நிலா, திடீரென வெளிப்பட்டு வெளிச்சம் பரப்பியது. நான் பேட்டரி லைட்டை பட்டிக்குள் அடித்த போது, செம்மறிகளின் கண்கள் கோலிக் குண்டு போல ஒளிர்ந்தன. வண்டிக் குடிசுக்குள் படுத்திருந்த மாதேவப்பா எங்கள் பேச்சரவம் கேட்டு எழுந்து வரவில்லை

அப்பா சப்தமிட்டார்...

“மாதேவப்பா.... மாதேவப்பா...

படுத்திருந்த மாதேவப்பாவிடம் இருந்து ஓர் அசைவும் இல்லை. நான் எழுப்புவதற்காகக் கிட்டத்தில் போய் போர்வையைப் பிடித்து இழுத்தேன். போர்வை மட்டும் கையோடு வந்தது. மாதேவப்பா, ஆள் படுத்திருப்பது போல ஜோடனை செய்துவிட்டு எங்கோ சென்றிருந்தார்.

மாதேவப்பா மேல் ஏற்பட்ட கோபத்தை அப்பா வெளிக் காட்டிக் கொள்ளவில்லை. பட்டித்தரம்போரம் தரையில் உட்கார்ந்து கொண்டார். என்னையும் உட்காரச் சொன்னார். தோட்டவெளி எங்கும் அநாதியான மௌனம். புழுதி வெடிப்புகளில் பதுங்கிய சில்வண்டுகளின் ரீங்கரிப்புக்கூட இல்லை. செம்மறிகளின் மூத்திரம் கலந்த புழுக்கை வாசனையை நுகர்ந்தபடி பனிக்குளிரில் நேரம் போனது. மாதேவப்பா வந்தபாடில்லை.

ஆறுவருடங்களுக்கு முன்பு அப்பா கொள்ளேகால் பட்டுப்புழு கொண்டு போன போது, மாதேவப்பாவை எங்கோ பார்த்து

தோட்டத்துக்கு அழைத்து வந்தார். தேன்கனிக் கோட்டை பக்கமுள்ள நூறொந்து சாமிமலை என்கிற மலைக்கிராமம் தான் மாதேவப்பாவின் பூர்வீகம். குள்ளமான கறுத்த உடம்பு, இடுப்பில் ஓர் அழுக்கடைந்த வெள்ளை வேஷ்டி மட்டும். துண்டுகூடக் கிடையாது. ஐம்பது வயதைக் கடந்திருக்கும் போதும் முப்பது வயதுக்காரன் போல ஒரு தோற்றம். நகரத்தில் இருந்து கல்யாணம் செய்து வந்த மனைவி யாருடனோ ஓடிப் போய்விட, அதில் இருந்து தேசாந்தரக்காரனாக மாறிவிட்டதாக வந்த சில நாட்களில் சொன்னார்.

முதல் சேவல் கூவிவிட்டது. பனைகள் மட்டும் கீகாற்றின் போக்குக்கு ஏற்ப ஆடிக் கொண்டிருந்தன. நத்தம் பூசணிக்காட்டு வரப்புப் பக்கம் இருந்து மாதேவப்பா பாடியபடி வருவது தெரிந்தது.

“உச்சி வகுந்தெடுத்து... பிச்சிப்பு வெச்சகிளி....

பச்சைமலைப் பக்கத்துல மேயுதுன்னு சொன்னாங்க...”

பட்டியக்கிடையில் எங்களைக் கண்டதும் மாதேவப்பா திடுக்கிட்டு, தயங்கியபடி நின்றார். அப்பா எழுந்து எதுவும் பேசாமல் வரப்பில் ஏறி வீட்டைப் பார்த்து நடந்தார். மறுநாள் கீழ்வானம் வெளிறி விடிந்தது. திருமுருகன் திரையரங்கில் ‘ரோசாப்பு ரவிக்கைக்காரி’ படம் போட்ட ஏழுநாட்களும், நாள் தவறாமல் மாதேவப்பா படம் பார்த்திருப்பதை பெரியப்பாவின் ஆடுகளை மேய்ப்பவர் சொல்லிவிட்டார். அப்போதும் அப்பா கோபப்படவில்லை. வருத்தமாகப் பேசினார்.

“நல்லவேளை... நம்ம பட்டிக்குத் திருடன் வரலை... வந்திருந்தா, கேக்கறதுக்கு நாதியத்து மொத்த ஆட்டையும் ஓட்டிட்டுப் போயிருப்பான்.

அன்றிலிருந்து அப்பா, நாய்க்குட்டி தேடுவதில் தீவிரமானார். அப்போது மடத்துப் பாளையத்து அப்புச்சியிடம் நாய்க்குட்டி இருப்பதாகச் சேதி கிடைத்தது. அப்பா சைக்கிளில் என்னையும் அழைத்துக் கொண்டு மடத்துப்பாளையம் போனார். அப்புச்சி உப்பாற்றின் மறுகரை வயலில் கொத்தாட்கள் நெற்பயிருக்குக் களையெடுப்பதைப் பார்வையிட்டுக் கொண்டிருந்தார். வாடைக் காற்றில் ஈரமணம். உச்சிப் பொழுதை முகில்கள் மறைத்த பகலாக இருந்தது. உடனே அப்புச்சி எங்களை வீட்டுக்குக் கூட்டிவந்தார்.

மதிற்சுவரில் எருகாமுட்டித் தட்டிக் காயவைக்கப்பட்டிருந்தன. வாசலில் செண்பகப்பூ நிற நாய்க்குட்டி ஒன்று விளையாடிக்

கொண்டிருந்தது. கண்டதும் எங்களுக்குப் பிடித்துப் போனது. நாங்கள் வந்த சோலி தெரிந்ததும் அப்புச்சியின் முகம் இறுக்கம் அடைந்தது.

“எனக்கு நாய் குட்டியைக் குடுக்கப் பிரியந்தாம் மாப்பிள்ளை. ஆனா, சம்பந்தி வூட்டுக்கு நாயைச் சீதனமாகக் குடுத்தா, உறவு நாள்பட நெலைக்காதுனு சாங்கீதம் இருக்கே. என்ன பண்ணுறது?”

ஊருக்குத் திரும்பி வரும் போது அப்பா நிராசையுடனையே சைக்கிளை அழுத்துவது தெரிந்தது. அந்த வாரம் எல்லாம் அந்தச் செண்பகப்பூ நிற நாய்க்குட்டி எங்கள் கண்களுக்குள்ளேயே இருந்தது.

ஒருவழியாக வருஷ மழையும் ஓய்ந்தது. தை பிறந்து, மானாவாரி நிலப் பயிர்கள் அறுவடையாகின. எங்கும் தரிசான பின்பும் ஆட்டுத் திருடனைப் பிடிக்க முடியவில்லை. மிகச் சாதுர்யமாக பட்டியாடுகளைத் திருடிப் போய்க்கொண்டே இருந்தான். வேறுவழியில்லாமல் அப்பாவே பட்டிக் காவலுக்குப் போக தோடங்கினார். அன்று இருண்டவெளி மெள்ள வெளுத்துக் கொண்டிருந்தது. அறுவடை முடிந்து வரும் வருடாந்திரக் குறிக்காரிச்சிகள் வாசலில் நின்றிருந்தனர். அம்மாவை வாசற்படியில் அமர்த்தி காலம் கணித்து நிமித்திகம் கூறும் குறிக்காரிச்சிகள் ஏடுகளைக் கோனூசியால் பிரித்தனர். பைரவ மூர்த்தி பிரசன்னமானார்.

“வடுகன் வரப் போறான்...

வாலாட்டி வாசலில் நிற்கப் போறான்...

வம்சத்தையே காக்கப் போறான்...”

அம்மா கண்களில் நீர் வந்துவிட்டது. தானியங்களைப் போட்டதும் குறிக்காரிச்சிகள் போய்விட்டனர். ஆனால், எனக்கும் அப்பாவுக்கும் குறிக்காரிச்சி சொன்னதன் மேல் துளியும் நம்பிக்கை வரவில்லை.

அதற்கு அடுத்த சனிக்கிழமை, மூன்றாம் ஜாமம், குளத்துப் பாளையத்து நூற்பாலைச் சங்கு ஊதி அடங்கியது. எங்கள் மானாவாரி நிலத்தில் விளைந்த தானியங்களை விற்க குண்டடம் சந்தைக்கு அப்பா மொட்டைவண்டி பூட்டினார். நானும் அம்மாவும் மாதேவப்பாவும் தானிய மூட்டை மீது ஏறி அமர்ந்து கொண்டோம். வண்டி கிளம்பியதும் மாதேவப்பா தூங்கிவிட்டார். அம்மா, முந்தானையால் தலைக்கு முக்காடிட்டுக் கொண்டு இருளை வெறித்தபடியே மௌனமாக இருந்தாள். பின்பனிக்காலக் குளிரில் தென்பட்ட ஊர்களின் சனங்களும் நடைசாத்தி, உறங்கிப் போய் கிடந்தனர். மின்மினிகள் தன் ஒளிச்

சிமிட்டலுடன் பறந்து திரிந்தன. அப்பா குண்டடம் சந்தைப் பேட்டை வரும் வரை எட்டு மைல் தூரமும் சரியான நாய் ஒன்று அமையாமல் போனது பற்றி, ஆற்றாமையுடன் என்னிடம் பேசியபடியே வந்தார்.

சந்தைப் பேட்டையில், ஏற்கனவே தானியங்களை ஏற்றி வந்த பாரவண்டிகள் அவிழ்த்து விடப்பட்டிருந்தன. வியாபாரிகள் விடியட்டும் எனக் காத்திருந்தனர். அப்பா வண்டியை அவிழ்த்து விட்டதும் தானிய மூட்டைகளுக்கு மாதேவப்பாவையும் அம்மாவையும் காவல் வைத்தார். என்னைக் கூட்டிக்கொண்டு சந்தையின் மறுகோடிக்கு வந்தார். தேநீர்க்கடை திறந்திருந்தது. பாய்லர் வெளிச்சத்தில் நின்றிருந்த கடைக்காரர், தேநீரை விநியோகிக்காமல் தாமதப் படுத்தினார்.

"வடுகக்குட்டி வந்து வாய் வைக்கணும் அப்புறந்தான் சப்ளையே..."

ஆட்களில் சிலர் எரிச்சலடைந்து நகர்ந்தனர். எனக்கும் அப்பாவுக்கும் எதுவும் புரியவில்லை. அந்தச் சமயத்தில் திடீரென தேநீர்க் கடைக்காரர் கத்தினார். "வா வடுகா... வந்துட்டியா... வந்து ஒரே ஒரு வாய் என் காணிக்கையை எடுத்துக்க."

முருங்கைப்பூ நிற நாய்க்குட்டி ஒன்று வந்து கடை முன்பு நிற்பதை அப்போதுதான் நானும் அப்பாவும் பார்த்தோம். கடைக்காரர் அவசரமாகச் சிறிய தலைவாழை இலையில் சூடான வடையையும் கொஞ்சம் தேநீரையும் ஊற்றி, நாய்க்குட்டியின் முன்பு பவ்யமாக வைத்தார். நாய்க் குட்டி உடனே தின்னாமல் சற்று யோசித்து,

"அப்பனே எடுத்துக்க... ரோசனை பண்ணாதே. இன்னிக்கத்த பொழப்புதான் எட்டுநாள் சீவனம்..."

கடைக்காரர் செய்தது எங்களுக்கு விசித்திரமாகப்பட்டது. நாய்க்குட்டி சட்டென குனிந்து, நாவல் தேநீரை மட்டும் நக்கியது. பின்னர் நகர்ந்து வேறு கடைப்பக்கம் சென்றது.

கடைக்காரர் உள்ளே பார்த்துச் சத்தமிட்டார். "வடையைக் கொறைச்சலாகவே போடு. வடுகன் தொடலை... இன்னிக்கு இழுக்காது.

சில கடைகளின் பக்கம் அந்த நாய்க்குட்டி நிற்கவில்லை. நிறையக் கடைக்காரர்கள் நாய்க்குட்டிக்கு சிறிது பிரசாதமாக வைத்த பின்னரே வியாபாரத்தை தொடங்கினர். எனக்கும் அப்பாவுக்கும் இந்த முருங்கைப்பூ நிற நாய்க்குட்டியை நிரம்பவும் பிடித்து போனது.

எங்கள் வண்டிப்பக்கம் வந்த போது நான் அப்பாவிடம் கேட்டேன்... "ஏம்ப்பா... இந்த நாய்க்குட்டி நமக்குக் கெடைச்சா, நல்லா இருக்குமில்ல?"

"ஆமாண்டா... நானும் இப்பிடி ஒரு தெய்வீக அம்சம் பொருந்திய நாயைத்தாண்டா இத்தனை நாளும் தேடிட்டிருந்தேன்."

பொழுது கிளம்பி மேலே ஏறிவிட்டது. அப்பா தானிய மூட்டைகளை விற்று முடித்திருந்தார். பூண்டு, மிளகு, பட்டை, சோம்பு, போன்ற செலவுப் பெட்டி சாமான்கள் வாங்க அம்மா சந்தைக்குள்ளே போய்விட்டாள். மாதேவப்பா பீடியைப் புகைத்தபடி, வண்டியின் முக்காணிக் கட்டை மீது உட்கார்ந்திருந்தார்.

அப்பா கேட்டார்... "இங்க இருக்கிற டெண்டு கொட்ட கையிலயும் ரோசாப்பூ ரவிக்கைக்காரி ஓடுது. பார்த்துட்டு வர்றியா?"

மாதேவப்பா, பீடிப் புகையை மூக்கில் விட்டுக் கொண்டே அசட்டுச் சிரிப்பு சிரித்தார். திருவோடும் கம்பும் பிடித்தபடி காவிப் பண்டாரங்கள் பாடியபடி வந்து பிச்சை கேட்டனர். அவர்களுக்குப் பின்னே முருங்கைப்பூ நிற அதே நாய்க்குட்டி நின்றிருந்தது. எங்களை அண்ணாந்து பார்த்து, வாலை லேசாக ஆட்டியது.

அப்பா கிட்டத்தில் போய் அதைத் தடவிக் கொடுத்தார். சாதுவாகவே நின்றது. கண்கள் சாந்தமாக இருந்தன. நகம், இரட்டைப் படை எண்ணிக்கை. நிமிர் வால், விறைந்த காதுகள் அப்பா நாய்க்குட்டியைத் தூக்கியபடி எழுந்தார்.

"சர்வலட்சணங்களும் பொருந்திய நாய்க்குட்டி இதுடா..."

உடனே மாதேவப்பா கேட்டான்... "அப்டினா... இந்த நாய்க்குட்டியைக் கட்டி வண்டியில நம்ம தோட்டத்துக்குத் தூக்கிட்டுப் போயிருவோமா?"

அடுத்த கணம் நாய்க்குட்டி அப்பாவின் பிடியில் இருந்து நழுவி கீழே குதித்தது. கூட்டத்தின் இடையே புகுந்து சந்தைப்பேட்டையின் நுழைவாயிலை நோக்கி ஓடியது. அப்பா மாதேவப்பாவை முறைத்துவிட்டு, நாய்க்குட்டி சென்ற திசையைக் குறிவைத்து ஓடினார். நானும் பின்னே ஓடினேன்.

அதற்குள் நாய்க்குட்டி நுழைவுவாயிலைக் கடந்து சார்ச் சாலையில் கிழக்குப் பார்த்து ஓடியது. வாகனங்களைக் கண்டு பயமின்றி ஓரமாகவே

சென்றது. ஊரின் கிழக்கோடிக்குவந்து தெற்கே திரும்பியது. நாங்களும் விடாமல் பின் தொடர்ந்தோம். நாய்க்குட்டி வடுகநாத ஸ்வாமி கோயிலின் முன்பு போய் நின்று, மூச்சு வாங்கியது. பின், நடை தாண்டி உள்ளே போனது. கொடிமரத்தில் இருந்து வலமாக ஓடி பிரகாரம் சுற்றி வந்து, வடுகநாதர் சன்னதி படிக்கட்டில் ஏறி, முன்னங்காளை நீட்டிப் படுத்துக் கொண்டது. நாங்கள் ஒன்றும் புரியாமல் படுத்துக் கிடக்கும் நாய்க்குட்டியையே பார்த்தபடி இருந்தோம்.

பித்தளைக் குடத்தில் தண்ணீர் சுமந்துவந்த குருக்கள் நின்று பேச ஆரம்பித்தார்.

"ஏழெட்டு மாசத்துக்கு முன்னால் ஒரு சாயங்காலம், கார்மழை, இடியும் மின்னலுமாகக் கொட்டுது. காத்தும் அசுரத்தனமா வீசுது. நேரம் ஆயிட்டதேனு நான் நடை திறக்க வந்தேன். கோபுரத்தின் அடியில ஆறேழு குறி சொல்ற கோடங்கி பொண்ணுங்க மழைக்கு ஒண்டியிருந்தாங்க. நான் நடை திறந்ததும், அவுங்ககிட்ட இருந்து இந்த நாய்க்குட்டி ஓடிவந்து வடுகநாதர் சன்னதி முன்னால நின்னுக்குச்சு. மழைவிட்டதும் கோடாங்கி பொண்ணுங்க போயிட்டாங்க. இந்த நாய்க்குட்டி போகலை. புராண காலத்துல அசுரர்கள் செய்த கொடுமைகளைப் பொறுக்காத பிரசுதாரணன் என்ற முனிவன், தேவர்களுக்காக காசியில் உத்திரவேள்வி செய்தபோது பைரவர் பாலகனாகத் தோன்றினாராம். வடுகநாதன்னு பேரோடு. வடுகன்னா, பாலகன்னு அர்த்தம். நானும் இந்த நாய்க்குட்டியை இந்தக் கலிகாலத்துல தோன்றிய வடுகன்னு நெனைச்சு கோயில்லயே விட்டுட்டேன்."

சந்தைப்பேட்டை வரும்வரை அப்பா மௌனமாகவே வந்தார். எங்களுக்காகக் காத்திருந்த அம்மாவிடம் நான் நடந்ததை எல்லாம் சொன்னேன். அம்மாவின் முகம் மலர்ந்தது.

"அடேய்... அன்னிக்கு குறிக்காரிச்சி சொன்ன நாய்க்குட்டி இதுதாண்டா..."

வண்டி வடுகநாத சாமி கோயில் பக்கம் வந்ததும் நிறுத்தச் சொல்லி இறங்கினாள். கோயிலின் நடைப்பக்கம் போய் நின்று, குரல் கொடுத்தாள்.

"வடுகா... வடுகா..."

நாங்கள் யாரும் எதிர்பார்க்காத அந்தக் கணத்தில் முருங்கைப் பூ நிற நாய்க்குட்டி ஓடிவந்து அம்மாவின் காலடியில் நின்றது.

எங்கள் தோட்டத்துக்கு வந்த பின்னர், நாய்க் குட்டியை நாங்கள் வடுகன் என்றே பெயர் சொல்லி அழைத்தோம். பகல்களில் எல்லாம் வாசற்படியிலேயே படுத்துக்கிடக்கும். இருள் சூழ்ந்ததும், தானாகப் பட்டிக்குச் சென்று ஆடுகளுடனேயே படுத்துக் கொள்ளும், ஆடுகள் வடுகனைக் கண்டு மிரளவில்லை. குட்டிகள் இதோடு விளையாடின.

ஒரு வருடம் போயிருந்தது. அன்று பகல் உக்கிரத்தின் வெம்மை அகலாத இரவு. அகால ஜாமத்தில் வாசலில் நின்று யாரோ கூப்பிடுவது கேட்டது. அந்தக் குரல் அதுவரை நாங்கள் கேட்டிராத குரலாக இருந்தது. நானும் அப்பாவும் குத்தீட்டியுடன் கதவைத் திறந்தோம். அதற்குள் கட்டுத்தரை பக்கம் இருந்து மாதேவப்பா அரிவாளுடன் வந்து நின்றார். மின்சார ஒளியில், வந்திருந்தவன் நடுங்கியபடி கை கூப்பினான். அவனின் வலது கெண்டைக் காலில் சதை பிய்ந்து, இரத்தம் நிற்காமல் வடிந்துக் கொண்டிருந்தது.

”என்னை மன்னிச்சுருங்க. நான் உங்க பட்டியில ஆடு திருட வந்தனுங்க. பட்டிக்குள்ள ஆடோட ஆடா உங்க நாய் படுத்திருந்ததைக் கவனிக்கலீங்க. எம்மேல பாஞ்சு கடிச்சிருச்சுங்க. பல்லு பலமா பட்டிருச்சுங்க. கடிச்ச நாய் வீட்டுல ஒரு வாய் தண்ணி வாங்கிக் குடிச்சா பல்லு விஷம் ஏறாதுங்கிறது பெரியவங்க வாக்கு. அதுதான் வந்துட்டேனுங்க. என்னை நீங்க போலீஸ்லேயே புடிச்சுக் குடுத்தாலும் சரி. ஆனா, ஒரு வாய் தண்ணி ஊத்தலைனு மட்டும் சொல்லிராதிங்க...”

அவனுக்குச் சொற்கள் திக்கின. கண்களில் நீர் பெருகியது. அம்மா வீட்டுக்குள் போய் சொம்பில் தண்ணீர் கொண்டு வந்தாள். அவன் இரு கைகளையும் ஒட்டி, தண்ணீரைக் குடித்து முடித்தான். அதுவரை அமைதியாக இருந்த மாதேவப்பா, சட்டென அவனை நெருங்கிப் பிடித்துக் கொண்டார். அரிவாளைக் காட்டி மிரட்டிய படி, தென்னை மரத்தில் கட்ட இழுத்துப் போனார். அதுவரை எதுவும் பேசாமல் நின்றிருந்த அப்பா, குத்தீட்டியை வெளித் திண்ணை மீது வீசியெறிந்துவிட்டுச் சொன்னார்.

“அவனை விட்ரு மாதேவப்பா...”

வேறு வழியில்லாமல் மாதேவப்பா அவனை விட்டுவிட்டார். அவன் ஓடிவந்து அப்பாவின் காலடியில் நெடுஞ்சாண்கிடையாக விழுந்தான். பின் எழுந்து கைகூப்பியபடி போய்விட்டான்.

எனக்கு இவை எல்லாம் ஏதோ கனவில் நடப்பது போல இருந்தது. இந்த விஷயம் ஊருக்குள் தெரிந்த போது ஊர்க்காரர்கள் அப்பா மீது கோபப்பட்டனர். ஆனால், அதன் பின்னர் எங்குமே ஆட்டுத் திருட்டு நடக்கவில்லை.

இரு வருடங்களுக்கு பின் துந்துபி வருஷத்தின் புரட்டாசி மாத மழைநாள், இடியுடன் கூடிய கனமழை பெய்து, வானம் வெளி வாங்கியிருந்த உச்சிப் பகல். நல்லிமடம் பள்ளிக்கூடத்தில் ஆறாம் வகுப்புப் படித்துக் கொண்டிருந்த நான், மதிய உணவுக்குப் பின் பசங்களோடு ஈர மைதானத்தில் தொட்டு விளையாட்டு விளையாடிக் கொண்டிருந்தேன்.

அப்போது மேற்கே இருந்து சத்தம், கோவில் பாளையத்துக்காரர்கள் ஒரு நாயைத் துரத்திக் கொண்டு வந்தனர். நாய், நாக்கை தொங்கப் போட்டுக் கொண்டு ஜலவாய் ஒழுகியபடி விரைசலாக வந்துக் கொண்டிருந்தது. அது மடத்துப்பாளையம் அப்புச்சியின் செண்பகப் பூ நிற நாய் என்பதை நான் பார்த்ததும் கண்டு கொண்டேன். துரத்தி வந்தவர்கள் சத்தமிட்டனர்.

"மசை நாய் ஓடிருங்க ஓடிருங்க..."

நாங்கள் வகுப்பறைத் திண்ணை மீது ஏறி நின்றுகொண்டோம். நாய் துரத்துபவர்களுக்கு பிடிபடாமலேயே போய்க் கொண்டிருந்தது. ஒருவார காலம் ஓடியும் அந்த மசை நாய் யாரிடமும் சிக்காமலேயே சுற்றிக் கொண்டிருந்தது. ஆட்டுக்குட்டிகளை, மாட்டுக் கன்றுகளை பிற நாய்களைக் கடித்துச் சேதப்படுத்தியிருந்ததாகத் தகவல் வந்து கொண்டே இருந்தது. வேலைக் காட்டில் சில பெண்களைக் கூட கடித்துவிட்டதாகச் சொன்னார்கள். குழந்தைகளை எல்லாம் பெரியவர்களே பள்ளிக் கூட்டிவந்து விட்டபடி இருந்தனர். எனக்கும் அப்பா துணைக்கு வந்தார்.

அன்று திங்கட்கிழமை! அப்பா காங்கேயம் சந்தைக்கு தேங்காய் கொண்டு போய்விட்டார். நான் வெளித்திண்ணையில் உட்கார்ந்து, உட்கார்ந்து பார்த்தேன். என்னைக் கூட்டிட்டுப் போகும் மாதேவப்பா எங்கோ சென்றுவிட்டார். நானே துணிந்து பைக் கட்டைத் தூக்கிக்

கொண்டு கிளம்பினேன். எறவான கூரை மீது அண்டங் காக்கைகள் கத்துவதைக் கண்டு அம்மா எச்சரித்தாள்.

“டேய்! ரோட்டு வழியாகப் போயிராதே... மசை நாய் வந்திரும். குறுக்கு வழியா இட்டேரியில போ”

இட்டேரியின் இருபுறங்களிலும் முடக்கற்றான் கொடி படர்ந்த கிளுவை வேலி, அநாதரவாகக் கிடந்தது. தூரத்தில் மணிப்புறாக்கள் மட்டும் கூவின. கள்ளிப்பூ பறித்து, தேன் உறிஞ்சியபடி நான் நடந்து கொண்டிருந்தேன். ஒரு திருப்பத்தில் செண்பகப்பூ நிற நாய் நாக்குத் தொங்கலோடு எதிரில் வந்துக் கொண்டிருந்தது. பார்த்ததும் எனக்குப் பகீரென்றது. திகிலில் மனம் உறைந்துப் போனது. சுற்றும் முற்றும் பார்த்தேன். காலை வெயிலைத் தவிர யாரும் இல்லாத இட்டேரி வெறிச்சிட்டுக் கிடந்தது.

வாலை பின்னங்கால்களுக்கு இடையே செருகிய நாய் என்னைப் பார்த்து வேகம் எடுத்துப் பாய்ந்து வந்தது. நான் திரும்பிக் கத்தியபடி தோட்டத்தைப் பார்த்து ஓட ஆரம்பித்தேன்.

“அய்யோ... அம்மா... அப்பா... காப்பாத்துங்க.. காப்பாத்துங்க...”

மசை நாய் என்னை நெருங்குவதற்கு இன்னும் சில அடி தூரங்களே பாக்கியிருந்தன. மசை நாய் கடித்து சாகப் போகிறேன் என அந்தக் கணம் நினைத்தேன். மேலும் விசைகொண்டு ஓட்டத்தின் வேகத்தை அதிகப்படுத்தினேன். நாய் என் நெருக்கத்தில் வருவது அதன் காலடி ஓசையில் இருந்து தெரிந்தது. அப்போது என்னையும் அறியாமல் என் வாய் முணுமுணுத்தது.

“வடுகா காப்பாத்து... வடுகா காப்பாத்து..”

ஓடியபடியே நிமிர்ந்து பார்த்தேன் என் எதிரில் அடுகன் ஓடி வந்துக் கொண்டிருப்பது தெரிந்தது. மசை நாய் என்னை விட்டு விட்டது. வடுகன் மீது பாய்ந்தது. இரண்டும் சத்தமாகக் குரைத்தபடி, மூர்க்கமாகச் சண்டையிட்டன.

நான் நிற்காமல் தோட்டத்துக்கு ஓடி வந்துவிட்டேன். அம்மா ஆசுவாசப்படுத்தினாள். சிறிது நேரத்துக்குப் பிறகு வடுகன் வாசலில் வந்து நின்று வாலாட்டியது. வாயெல்லாம் ரத்தக்கறை. அன்று இள மதியத்தில் இட்டேரியில் செண்பகப்பூ நிற மசை நாய் குரல்வளை கடிபட்டுச் செத்துக் கிடப்பதாக மாதேவப்பா வந்து சொன்னார்.

அன்றில் இருந்தே வடுகன் எதுவும் சாப்பிடவில்லை. தென்னந்தோப்பின் கிழக்கு ஓரமாகப் போய் அமைதியாக நின்று கொண்டது. மறுநாள் நாக்கு நீண்டு ஜலவாய் ஒழுக ஆரம்பித்தது. மாதேவப்பா இரும்புச் சங்கலியை எடுத்துப் போய், வடுகனை தென்னை மரத்தோடு சேர்த்துக் கட்டியபடி சொன்னார்.

"வடுகனுக்கு மசை புடிச்சிருக்கு..."

வடுகன் அசையவே இல்லை. திறந்த கண்களிலிருந்து நீர்த் துளிகள் உதிர்ந்து கொண்டே இருந்தன. மசை நாய்க்கே உண்டான எவ்வித குணமும் இல்லை. சாந்த சொரூபியாகவே நின்றான். பதிமூன்று தினங்கள் கழித்து அதிகாலையில் போய்ப் பார்த்தபோது வடுகன் தரையில் விழுந்து கிடந்தான். காதோரம் எறும்புகள் ஊர்ந்து கொண்டிருந்தன.

அப்பா, வடுகனை நாரத்தை மரத்தின் வேர்க்காலில் புதைத்தார். முப்பது வருடங்கள் கடந்து போன பின்னரும் மரம் பருவம் தவறாமல் பூப்பூத்து, காய்க்கிறது. எத்தனையோ பஞ்ச காலத்திலும் மரம் பட்டுப் போகவில்லை. தற்போது நகரோடியான நானும், இந்த வாழ்க்கை, வடுகன் போட்ட பிச்சை என அவ்வப்போது நினைத்தபடியே இருக்கிறேன்...!

-ஆனந்த விகடன், *08-06-2016*